மார்க்சியம் சொல்வது என்ன?

எமிலி பர்ன்ஸ்

தமிழில் : பேரா. வ. பொன்னுராஜ்

பாரதி புத்தகாலயம்

Marxium Solvathu Enna? (in Tamil)
EMILE BURNS
Translated by **V. Ponnuraj**
Originally Published under The Title WHAT IS MAXISM? Published by Create Space Independent Publishing Platform (1939)
First Published: October, 2021
Published by
BHARATHI PUTHAKALAYAM
7, Elango Salai, Teynampet, Chennai - 600 018
Email: bharathiputhakalayam@gmail.com / www.thamizhbooks.com

மார்க்சியம் சொல்வது என்ன?
எமிலி பர்ன்ஸ்
தமிழில்: பேரா. வ. பொன்னுராஜ்
முதல் பதிப்பு: அக்டோபர், 2021

வெளியீடு:
பாரதி புத்தகாலயம்
7, இளங்கோ சாலை, தேனாம்பேட்டை, சென்னை - 600 018
தொலைபேசி : 044-24332424, 24332924, 24356935

விற்பனை நிலையங்கள்
மதுரை: *37A, பெரியார் பேருந்து நிலையம் - 045 22324674*
ஈரோடு: *39: 39 ஸ்டேட் பாங்க் சாலை - 9245448353*
திண்டுக்கல்: *பேருந்து நிலையம் - 9942331105, 9976053719*
பழனி: *பேருந்து நிலையம் அருகில் - 9442883696*
திருப்பூர்: *447, அவினாசி சாலை - 9486105018*
சேலம்: *பாலம் 35, அத்வைத ஆஸ்ரமம் சாலை 0427 2335952*
திருவல்லிக்கேணி: *48, தேரடி தெரு - 9444428358*
வடபழனி: *பேருந்து நிலையம் எதிரில் அடையார்*
ஆனந்தபவன் மாடியில் *- 9444476967*
பெரம்பூர்: *52, கூக்ஸ் ரோடு - 9444373716*
திருவாரூர்: *35, நேதாஜி சாலை - 9442540543*
சேலம்: *15, வித்யாலயா சாலை சாலை*
திருநெல்வேலி: *25A, ராஜேந்திரநகர் - 9442149981*
அருப்புக்கோட்டை: *31, அகமுடையார் மஹால் - 9994173551*
மதுரை: *சர்வோதயா மெயின்ரோடு*
குன்னூர்: N.K.N வணிக வளாகம் பெட்போர்ட்
செங்கல்பட்டு: *1 D ஜி.எஸ்.டி சாலை - 044 27426964*
விருதுநகர்: *131, கச்சேரி சாலை - 0456 2245300*
கும்பகோணம்: *352, ரயில் நிலையம் எதிரில் - 9443995061*
வேலூர்: *பேஸ் III, சத்துவாச்சாரி - 9442553893*
நெய்வேலி: *பேருந்து நிலையம் அருகில், - 9443659147*
தஞ்சாவூர்: *காந்திஜி வணிக வளாகம் காந்திஜி சாலை - 9655542400*
கோவை: *77, மசக்காளிபாளையம் ரோடு, பீளமேடு - 8903707294*
திருச்சி: *வெண்மணி இல்லம், கரூர் புறவழிச்சாலை - 9994289492*
திருவண்ணாமலை: *முத்தம்மாள் நகர்*
நாகர்கோவில்: *699 கே.பி.ரோடு R.V.புரம் - 9443450111*
சிதம்பரம்: *22A / 18B தேரடி கடைத் தெரு,*
கீழவீதி அருகில் *- 9994399347*
கரூர்: *நாரத கானசபா அருகில் (TNGEA OFFICE)- 9442706676*

நினைத்த நூல்கள்... நினைத்த நேரத்தில்...
BharathiTV | www.bookday.in

thamizhbooks.com
8778073949

அச்சு : பிரிண்டெக், சென்னை - 600 005.

பகுதி–1

உலகம் : ஓர் அறிவியல் பார்வை

மார்க்சியம் என்பது நாம் வாழும் இந்த உலகம் குறித்த, மனித சமூகம் குறித்த பொதுவான கோட்பாடாகும். சென்ற நூற்றாண்டின் மத்திய பகுதியில் மற்றும் இறுதிப்பகுதியில் பிரட்ரிக் ஏங்கல்சோடு *(1820-1895)* இணைந்து காரல்மார்க்ஸ் *(1818-1883)* உருவாக்கிய இந்த கோட்பாடு மார்க்சின் பெயரால் "மார்க்சியம்" என்றழைக்கப்படுகிறது.

மனித சமூகம் நேற்றைக்கு எப்படி இருந்தது, இன்றைக்கு எப்படி இருக்கிறது, நாளைக்கு எப்படி இருக்கும் என்பதை அவர்களிருவரும் ஆய்வு செய்தனர். புற உலகில் இயற்கையில் ஏற்படும் மாற்றங்களைப் போல சமூக மாற்றங்களும் சில குறிப்பிட்ட விதிகளுக்கு உட்பட்டே நடக்கின்றன என்ற முடிவிற்கு அவர்களின் ஆய்வு இட்டுச் சென்றது. இம்முடிவு, சமூகம் குறித்த மனித அனுபவங்களின் அடிப்படையிலான ஓர் அறிவியல் கோட்பாடு உருவாக வகை செய்தது. அதேசமயம் மத நம்பிக்கைகள், இனப் பெருமிதம், தனிமனித ஆராதனை, தனிமனிதனின் சார்பு மற்றும் உன்னத கனவு ஆகியவற்றில் ஏதோ ஒன்று அல்லது ஒன்றிற்கு மேம்பட்டவற்றின் அடிப்படையில் சமூகம் குறித்த கருத்தாக்கங்களும் முன்வைக்கப்பட்டன. மார்க்சியம் முன்வைத்த அறிவியல் கோட்பாடு இக்கருத்தாக்கங்களுக்கு எதிரானதாக அமைந்துள்ளது.

மார்க்ஸ் சமூகம் குறித்த தனது கோட்பாட்டை, தான் வாழ்ந்த சமூகத்திற்கு, அதிலும் குறிப்பாக, முதலாளித்துவ பிரித்தானிய சமூகத்திற்குப் பொருத்திப் பார்த்தார்; முதலாளித்துவ பொருளாதார கோட்பாடுகளை ஆய்வு செய்தார். அவரது பொருளாதார சிந்தனைக்காகவே மார்க்ஸ் பெரிதும் அறியப்பட்டிருந்தாலும், தனது பொருளாதார சிந்தனைகளை தன்னுடைய வரலாறு மற்றும் சமூக சிந்தனைகளிடமிருந்து பிரித்துப் பார்க்கக்கூடாது என்று மார்க்ஸ் எப்போதும் அழுத்தமாகச் சொல்வதுண்டு. லாபம் மற்றும் கூலியை ஒரு எல்லைவரைதான் வெறும் பொருளாதார பிரச்சனைகளாகப் பாரக்க முடியும்; முதலாளிகள்-தொழிலாளிகள் உறவுகளைத் தவிர்த்துவிட்டு லாபம் மற்றும் கூலியை முழுவதுமாக புரிந்துகொள்ள இயலாது என்பதை வாழ்க்கை யதார்த்தங்களை,

ஏட்டளவில் நின்றுவிடாமல், ஆய்வு செய்யும் ஒரு மாணவன் உணர்ந்து கொள்வான். அந்த புரிதல் அவர்கள் வாழ்கிற வரலாற்று காலகட்டத்தை பற்றி அறிந்து கொள்வதற்கு இட்டுச்செல்லும்.

சமூகவளர்ச்சி குறித்த அறிவியல் அணுகுமுறை, மற்ற பிற அறிவியலைப் போல, அனுபவங்கள், வரலாற்று உண்மைகள் மற்றும் நம்மைச் சுற்றியுள்ள உலகத் தரவுகள் ஆகியவற்றின் அடிப்படையில் அமைகிறது. எனவே மார்க்சியம் என்பது முடிந்த முடிவான கருத்தாக்கம் அல்ல. மார்க்சியம் தொடர்ந்து மேம்படுத்தப்பட்டு அவ்வப்போது வெளிச்சத்திற்கு வரும் புதிய புதிய உண்மைகளுக்கு பொருத்தப்படுகிறது. இத்தகைய மேம்பாடுகளுக்கு வி. ஐ. லெனினும், ரஷ்யாவில் புதிய சோசலிச சமூகத்தைக் கட்டுவதில் லெனினின் பணியைத் தொடர்ந்து முன்னெடுத்த ஸ்டாலினும் அளித்த பங்கு வெகு சிறப்பானது.

அனைத்து அறிவியல் அறிவும் புற உலகை மாற்றப் பயன்படுகிறது. அது போல சமூக வளர்ச்சி குறித்த அறிவியல் அறிவு சமூகத்தை மாற்றப் பயன்படுவதோடு சமூக வளர்ச்சி சில பொதுவான விதிகளுக்கு உட்பட்டது என்பதையும் தெளிவு படுத்துகிறது. இவ்விதிகள் இயற்கை அறிவியல் விதிகளை ஒத்திருக்கிறது. உலகெங்கும் மனிதன் மற்றும் பொருட்களுக்குப் பொருந்துகிற இவ்விதிகள் மார்க்சிய தத்துவம் என்றும் அல்லது உலகம் குறித்த மார்க்சிய பார்வை என்றும் அழைக்கப்படுகிறது.

உடனடி தேவையும் கவனமும் பெறுகிற துறைகள் மீதான மார்க்சிய பார்வை குறித்து பின்வரும் அத்தியாயங்கள் பேசுகின்றன. மார்க்சியத்தின் அடிப்படை மானுட அறம் சார்ந்த கருத்துகள் மட்டுமல்ல; வாழ்க்கை யதார்த்தமும் அதன் அடிப்படையாக உள்ளது. எனவேதான் மார்க்சியம் போற்றப்படுகிறது என்பதை தொடக்கத்திலேயே புரிந்துகொள்ள வேண்டும். எனவேதான், இன்றைக்கு உலகெங்கும் பெருவாரியான மக்களின் துயர் நீக்கவும் மானுட விடுதலைக்கும் மார்க்சியம் பயன்படுகிறது; மனித குலம் உன்னதமான மேம்பட்ட சமூகத்தை நோக்கி முன்னேற உதவுகிறது.

❐

பகுதி–2

சமூக வளர்ச்சி விதிகள்

மனித குல வரலாறு பொதுவாக, தேசங்களுக்கிடையிலான போர்களின் வரலாறாகவும் முடிசான்ற மன்னர்கள், படைத்தளபதிகள் அல்லது மகான்களின் வரலாறாகவும் முன்வைக்கப்படுகிறது. சில சமயங்களில் இந்த சாதனையாளர்களின் நோக்கங்கள் முற்றிலும் தனிநபர் சார்ந்தே பார்க்கப்படுகின்றன. இந்த தனிநபர்களின் இலட்சியங்கள்தான் அவர்களை வெற்றிபெற வைத்தன என்றும் அல்லது அவர்களின் அறம் சார்ந்த/ அறம் பிறழ்ந்த பார்வையின் காரணமாக சில கொள்கைகளை ஏற்றுக்கொண்டார்கள் என்றும் அவர்களின் செயல்பாடுகள் விவரிக்கப்படுகின்றன. சிலசமயம் அவர்களின் நடவடிக்கைகள் நாட்டின் நலனுக்கானவை அல்லது மதக்கோட்பாட்டை அடிப்படையாகக் கொண்டவை என்று நியாயப்படுத்தப்படுகின்றன.

வரலாறு குறித்து அத்தகைய அணுகுமுறையை மார்க்சியம் ஏற்றுக்கொள்ளவில்லை. வரலாறு என்பது மக்களைப் பற்றியதாகவும், தன்னிலும் மேலாக மக்களை முன்னிலைப்படுத்தும் தனிநபர்களின் வரலாறாகவும் அதாவது மக்கள் இயக்கங்களின் வரலாறாகவும் இருக்க வேண்டும். உண்மையில் இதுவே வரலாற்றின் அறிவியல் என்று மார்க்சியம் கருதுகிறது.

உதாரணமாக கிராம்பெல்லை எடுத்துக்கொள்வோம். தன் தனிப்பட்ட செயல்பாட்டாலும் பார்வையாலும் அவர் முக்கியத்துவம் பெறவில்லை; பழமைத்துவத்திற்கு எதிராக எழுந்த மக்கள் இயக்கத்தில் அவர் ஆற்றிய மிக முக்கியமான பங்கே அவர் முக்கியத்துவம் பெற காரணமாயிற்று. அவரும் அவர் இயக்கமும் நிலவுடைமைத் தடைகளை உடைத்தெறிந்து பிரித்தானியாவில் முதலாளித்துவம் பரவவும் வளரவும் வழி வகுத்தன. அவரின் போராட்டங்கள், மதம் சார்ந்த பார்வை, சூழ்ச்சிகள் - இவையெல்லாம் ஒரு பொருட்டல்ல. பிரித்தானிய உற்பத்தியும் உற்பத்தி பொருட்களின் பகிர்வும் பெற்ற வளர்ச்சியில் கிராம்பெல் ஆற்றிய பங்கு குறித்த ஆய்வு, பிரித்தானியாவில் அந்த காலகட்டத்தில், நிலவுடைமை முடியாட்சிக்கு எதிராக போராட்டங்கள் ஏன் வெடித்தன என்பது குறித்த புரிதல், அந்த

காலகட்டத்தில் ஏற்பட்ட மாற்றங்கள் குறித்த ஆய்வு - இவையே முக்கியமானவை; அவையே வரலாற்று அறிவியலின் அடிப்படை. அத்தகைய ஆய்வுகளின் மூலமும், பிற காலகட்டங்கள் மற்றும் பிற இடங்கள் குறித்த அதேபோன்ற ஆய்வுகளின் மூலமும் பெறுகிற அறிவைக்கொண்டு சமூக வளர்ச்சி குறித்த பொதுவான கோட்பாடுகளை அதாவது சமூக வளர்ச்சி விதிகளை உருவாக்க முடியும். இவ்விதிகள் வேதியல் விதிகள் போல, பிற அறிவியல் விதிகளைப் போல உண்மையானவை, பொருத்தப்பாடு உடையவை. இவ்விதிகளை நாம் அறிகிற போது, பிற அறிவியல் விதிகளைப் பயன்படுத்துவது போல, இவற்றை பயன்படுத்தி சமூக வளர்ச்சியில் அடுத்து என்ன நடக்கப் போகிறது என்பதை கணிக்க முடியும்; அது மட்டுமல்ல, பாசிச வளர்ச்சியைத் தடுத்ததைப் போல, அந்த சமூக மாற்றத்தை உறுதிப்படுத்தும் வகையில், செயலாற்றவும் முடியும்.

ஆக, மனிதகுல வரலாறு முழுக்க இழையோடுகிற இயற்கை விதிகளை அறிந்து கொள்வதே வரலாற்று ஆய்வு குறித்த மார்க்சிய அணுகுமுறை. இதன் காரணமாக மார்க்சியம் வரலாற்றை, தனிநபர்களை விடுத்து மக்களின் வரலாறாக காண்கிறது. அப்படி பார்க்கிற போது சமூகத்தில் வெவ்வேறு திசையில், தனிநபர்களாக அல்லாமல் வர்க்கங்களாக வினையாற்றுகிற வெவ்வேறு மக்கள் பிரிவுகளைக் காண்கிறது.

வர்க்கங்கள் என்றால் என்ன? எளிதாக சொல்ல வேண்டுமென்றால், வர்க்கம் என்பது ஒரே மாதிரியான வழியில் தங்கள் வாழ்வாதாரத்தைத் திரட்டும் மக்கள் திரள். நிலப்பிரபுவ சமூகத்தில், பண்ணை அடிமை நிலத்தில் தன் உழைப்பைச் செலுத்தி உற்பத்தி செய்கிறான்; மன்னனும் நிலப்பிரபுக்களும் பண்ணை அடிமை தரும் உழைப்பையோ அல்லது பொருளையோ பெற்றுத் தங்கள் வாழ்வாதாரத்தைத் திரட்டுகிறார்கள். பண்ணை அடிமைகளிடமிருந்து எவ்வளவு அதிகம் பெற முடியுமோ அவ்வளவு அதிகம் பெற்றுவிட வேண்டும் என்பதும், தங்கள் நிலப்பரப்பை விரிவாக்கிக் கொள்ளவேண்டும் என்பதும் அவர்களின் வர்க்க நலனாக இருந்தது. அத்தகைய நலனைக் கொண்ட ஒரு வர்க்கமாக நிலப்பிரபுக்கள் இருந்தனர். மறுபுறம், பண்ணை அடிமைகளின் வர்க்க நலன் வேறாக இருந்தது. தங்கள் உற்பத்தியில் பெரும் பங்கை நிலப்பிரபுக்களுக்குத் தராமல், தங்களுக்கும் தங்கள் குடும்பத்திற்குமாக வைத்துக்கொள்ள அவர்கள் விரும்பினர்; தங்களுக்காக உழைக்கவே விரும்பினர்;

சட்டத்தை உருவாக்குபவர்களாகவும் நீதிபதிகளாகவும் இருந்த நிலப்பிரபுக்களின் கொடுமைகளிடமிருந்து தங்களை விடுவித்துக் கொள்ளவே அவர்கள் விரும்பினர். ஒரு பண்ணை அடிமையின் உணர்வுகளை, ஓர் ஆங்கிலேய மரபின எழுத்தாளர் இப்படி வெளிப்படுத்தினார். "பொழுது விடிகிற போது என் உழவு மாடுகளை வயலில் இறக்கி, பொழுது சாயும்வரை வேர்வை சிந்தி கடினமாக உழைக்கிறேன்; பனிக்காலத்தில் இருள் விலகு முன்னரே பண்ணை எஜமானருக்கு அஞ்சி உழவுக்குச் செல்ல வேண்டி உள்ளது. ஒவ்வொரு நாளும் ஒரு ஏக்கருக்கு மேல் நான் உழுதாக வேண்டும்.

எனவே ஒவ்வொரு நிலப்பிரபுவத்துவ நாட்டிலும் நிலப்பிரபுக்களுக்கும் பண்ணை அடிமைகளுக்கும் இடையில் இடைவிடாத போராட்டங்கள் நடைபெற்றன; சிலசமயம் அப்போராட்டம் தனிப்பட்ட எஜமானருக்கும் அவரின் பண்ணை அடிமைகளுக்கும் இடையிலானதாக மட்டும் இருந்தது; சில சமயம் தங்களின் வாழ்நிலை மேம்பாட்டிற்காக பெரும் எண்ணிக்கையில் பண்ணை அடிமைகள் இணைந்து நடத்திய பரவலான போராட்டமாக இருந்தது. ஜான்பால் மற்றும் வாட் டைலர் (*John Ball and Wat Tyler*) தலைமையில் 1381இல் இங்கிலாந்தில் நடைபெற்ற புரட்சி இதற்கான உதாரணமாகும். எச். பேகன் (*H. Fagan*) எழுதிய "இங்கிலாந்தை உலுக்கிய ஒன்பது நாட்கள்" (*Nine Days That Shook England*) என்ற புத்தகம் முழு கதையையும் சொல்கிறது. சிறிய அளவில்தான் என்றாலும், இது போன்ற பண்ணை அடிமைகள் அல்லது விவசாயிகளின் எழுச்சி ஜெர்மனி, ரஷ்யா மற்றும் பல நாடுகளில் நடந்தது. பண்ணை அடிமைகள், தங்கள் எஜமானர்களின் நிலங்களில் கடினமாக உழைப்பதோடு நின்றுவிடவில்லை; தங்கள் சொந்த நிலங்களில் விளையும் உற்பத்தியில் ஒரு பகுதியை பண்ணை எஜமானருக்கு கொடுக்கவும் வேண்டியிருந்தது. அது மட்டுமல்ல, தாங்களும் தங்கள் குடும்பமும் உற்பத்தி செய்த கைவினைப் பொருட்களின் ஒரு பகுதியையும் கொடுக்க வேண்டியிருந்தது. ஆயுதங்கள் மற்றும் கருவிகள் போன்ற பொருட்களை உற்பத்தி செய்யும் சில சிறப்புமிக்க கைவினை உற்பத்தியாளர்கள் அந்த காலத்தில் உருவானார்கள். அவர்களின் உபரி உற்பத்தியை பிற பகுதிகளிலும் அல்லது பிற நாடுகளிலும் விற்பனை செய்யும் வணிகர்கள் இருந்தார்கள். வர்த்தகம் வளர்ச்சியடைந்த போது பண்ணை எஜமானர்களின் தேவைக்கும் மேலாக இருந்த, அடிமைகளின்

மிகை உற்பத்தி வணிகர்களின் தேவைக்குப் போதுமானதாக இல்லை; எனவே அவர்கள், பண்ணை எஜமானர்களிடமிருந்து தப்பித்த அல்லது விடுதலை பெற்ற அடிமைகளின் முழு நேர உழைப்பை ஒன்று திரட்டிப் பயன்படுத்தி சந்தைக்குத் தேவையான உற்பத்தியை உருவாக்கத் தொடங்கினர். விடுதலை பெற்ற பண்ணை அடிமைகளில் சிலர், துணி, உலோக பாத்திரம் மற்றும் பிற பொருட்களை நகர்புறத்தில் உற்பத்தி செய்யும் கைவினை உற்பத்தியாளர்களாக தங்களைத் தாங்களே மேம்படுத்திக் கொண்டனர். ஆக பல நூறு ஆண்டுகளாக ஏற்பட்ட இந்த மெதுவான வளர்ச்சியின் காரணமாக, சுய நுகர்விற்கான நிலப்பிரபுத்துவ உற்பத்திக்கு ஊடாக சந்தைக்கான உற்பத்தியும் வளர்ந்தது; இந்த உற்பத்தியில் சுதந்திரமான கைவினைஞர்களும் கூலி உழைப்பை பயன்படுத்தும் முதலாளிகளும் ஈடுபட்டனர். இந்த சுதந்திரமான கைவினைஞர்களும் தங்களிடம் கூலிக்கு உழைப்பை விற்கும் தேர்ச்சி அல்லது பயிற்சி பெற்ற தொழிலாளியை பணியமர்த்திக்கொண்டு படிப்படியாக முதலாளிகளாக வளர்ச்சி பெற்றனர். இவ்வாறாக 16ஆம் நூற்றாண்டிலிருந்து, தொழிலாளி வர்க்கத்தைத் தன் நிழலாகக் கொண்டுள்ள தொழில் முதலாளி (industrial capitalist) வர்க்கம் என்ற புதிய வர்க்கம் உருவாகத் தொடங்கியது. கிராமப்புறங்களிலும் முந்தைய நிலப்பிரபுத்துவ அடிமைத்தளை நொறுங்கிப் போனது. பண்ணை அடிமைகள் தங்கள் சொந்த நிலத்தில் பயிர் செய்யும் விவசாயிகளாக உருமாற்றம் பெற்றனர். நிலப்பிரபுக்கள் தங்களுக்குத் தேவைப்படும் உழைப்பு சக்தியை கூலி கொடுத்துப் பெற்றுக் கொண்டனர். இவ்வாறு, முதலாளித்துவ விவசாயிகளும், அதேசமயம் பண்ணையில் கூலிக்கு உழைக்கும் விவசாயத் தொழிலாளர்களும் உருவானார்கள்.

ஆனால், நகர்புறத்திலும் கிராமப்புறத்திலும் ஏற்பட்ட முதலாளித்துவ வர்க்கத்தின் வளர்ச்சி முந்தைய ஆளும் வர்க்கமான நிலப்பிரபுத்துவ வர்க்கத்தை முடிவிற்குக் கொண்டு வரவில்லை. அதற்கு மாறாக மன்னர்களும், பழமைவாத நிலவுடைமையாளர்களும் மற்றும் தேவாலயமும் புதிய முதலாளித்துவத்தை தங்கள் நலனுக்குப் பயன்படுத்திக் கொள்ள தங்களாலியன்ற அனைத்தையும் செய்தனர். விடுவிக்கப்பட்ட அடிமைகளும், அடிமைத்தளையிலிருந்து தப்பித்து நகர்புறத்திற்குச் சென்ற அடிமைகளும் பண்ணை எஜமானர்களுக்குத் தங்கள் உழைப்பையோ, பொருளையோ, பணத்தையோ கொடுக்க வேண்டிய கட்டாயத்திலிருந்து

விடுபட்டனர். இவர்களின் வழிவந்த பரம்பரையினர் செல்வம் படைத்தவர்களாக வளர்ச்சி பெற்ற போதும் தாங்கள் உண்மையில் விடுதலை பெறவில்லை என்று உணர்ந்தனர்; மன்னரும் பிரபுக்களும் தங்கள் மீது பல்வேறு வரிகளை விதித்தும், பல வர்த்தகத் தடைகளை ஏற்படுத்தியும், தங்களின் வணிக உற்பத்தி வளர்ச்சிக்குத் தடையாக உள்ளதை உணர்ந்தனர்.

சட்டங்களை இயற்றுவதோடு, இராணுவம், நீதிபதிகள் மற்றும் சிறைச்சாலைகள் என்று அரசு இயந்திரத்தைத் தங்கள் கட்டுப்பாட்டில் வைத்துக் கொண்டதன் மூலம் மன்னர்களாலும் பிரபுக்களாலும் தாங்கள் நினைத்ததை சாதிக்க முடிந்தது. அதன் காரணமாக முதலாளித்துவ வர்க்க வளர்ச்சி என்பது புதிய வடிவங்களாலான வர்க்கப் போராட்டத்தின் வளர்ச்சியாக இருந்தது. முடியாட்சிக்கும் நிலப்பிரபுக்களும் எதிரான போராட்டங்களை முதலாளிகள் பல நூற்றாண்டுகள் முன்னெடுத்தனர். ஒப்பீட்டளவில் பின்னடைவிலிருந்த சில நாடுகளில் இந்தப் போராட்டம் இன்னும் முடிவுறாத நிலையில் இங்கிலாந்து, பிரான்சு போன்ற நாடுகளில் அது முற்றுப் பெற்றுள்ளது.

இது எப்படி நடந்தேறியது?

முதலாளித்துவ வர்க்கம், ஓர் ஆயுத புரட்சி மூலம் ஆளும் வர்க்கமாக இருந்த நிலப்பிரபுத்துவ வர்க்கத்திடமிருந்து ஆட்சி அதிகாரத்தைக் கைப்பற்றிக் கொண்டது. பிற நாடுகளைக் காட்டிலும் வெகு முன்னதாக இந்நிலை ஏற்பட்ட இங்கிலாந்தில், வரிகளுக்கும் தடைகளுக்கும் எதிரான, முதலாளித்துவ வர்க்கப் போராட்டம் தொடர்ச்சியாக வளர்ந்து 17ஆம் நூற்றாண்டின் மத்தியில் ஓர் உச்சகட்டத்தை அடைந்தது. இத்தடைகள் முதலாளித்துவ உற்பத்தியின் விரிவாக்கத்தைத் தடுத்தன. மன்னரிடம் மனு அளிப்பது, வரி செலுத்த மறுப்பது, இன்ன பிற அமைதியான நடவடிக்கைகள் மூலம் தடைகளை நீக்கிவிட முதலாளிகள் முயன்றனர்; ஆனால், அரசு இயந்திரத்தை எதிர்த்துப் பெரிய வெற்றி ஏதும் பெற முடியவில்லை.

எனவே முதலாளிகள் ஆளும் வர்க்கத்தின் ஆயுதத்தை ஆயுதம் கொண்டு சந்திக்க வேண்டி இருந்தது; மன்னருக்கு எதிராக, தான்தோன்றித்தனமான வரிகளுக்கு எதிராக, வணிகத் தடைகளுக்கு எதிராக, நிலப்பிரபுத்துவத் தடைகளை எதிர்த்த போராட்டத்தில் மக்கள் மீது தண்டனைகளையும், சிறைவாசத்தையும் திணித்த அரசு நீதிபதிகளுக்கு எதிராக மக்களைத் திரட்ட வேண்டி இருந்தது.

வேறு வார்த்தைகளில் சொல்வதானால், மன்னருக்கும் முந்தைய அடக்குமுறைகளுக்கும் எதிரான மக்களின் ஆயுத பரட்சிக்கு முதலாளிகள் தலைமையேற்க வேண்டியிருந்தது; முந்தைய ஆளும் வர்க்கத்தை இராணுவ நடவடிக்கை மூலம் தோற்கடிக்க வேண்டியிருந்தது. இதற்கு பின்னர்தான் முதலாளி வர்க்கம் ஆளும் வர்க்கமாக முடிந்தது; முதலாளித்துவ வளர்ச்சிக்கு எதிரான அனைத்துத் தடைகளையும் உடைத்தெறிய முடிந்தது; அதற்கேற்ற சட்டங்களை இயற்ற முடிந்தது.

இங்கிலாந்தில் நடைபெற்ற இந்த முதலாளித்துவ புரட்சியை, முதலாம் சார்லசுக்கும் கிராம்வெல்லிற்கும் இடையிலான சண்டையாக பல வரலாற்றுப் பதிவுகள் பார்த்தன. ரோமன் கத்தோலிக்கத்தின் மீது பற்றுமிக்க சர்வாதிகாரியாக முதலாம் சார்லசையும் இங்கிலாந்தின் விடுதலையை லட்சியமாகக் கொண்ட, பெரு மதிப்புமிக்க கத்தோலிக்க எதிர்ப்பாளராக கிராம்வெல்லையும் அப்பதிவுகள் சித்தரித்தன. சுருக்கமாக சொல்வதானால், இந்த சண்டை ஒரு மதச்சண்டையாக, அறநெறி சண்டையாக முன்வைக்கப்பட்டது. மார்க்சியம், அந்த சண்டையை தனிநபருக்கும் அப்பால், வெளிப்படையாகச் சொல்லப்பட்ட காரணங்களுக்கும் அப்பால் ஆழமாகப் பார்த்தது; எழுச்சிகண்ட முதலாளித்துவம், ஆளும் நிலப்பிரபுத்துவ வர்க்கத்திடமிருந்து அதிகாரத்தைக் கைப்பற்றுவதற்காக நடத்திய போராட்டமே இந்த சண்டையின் உள்ளார்ந்த சாரம் என்றது மார்க்சியம். அச்சண்டை ஒரு திருப்புமுனையாக அமைந்து போனது; அப்புரட்சிக்கும் 1689இல் நிகழ்ந்த அதன் அடுத்த கட்டத்திற்கும் பின்னர் முதலாளித்துவ வர்க்கம் அரசு அதிகாரத்தை பெருமளவில் வென்றது.

முதலாளித்துவ புரட்சி இங்கிலாந்தில், பிற நாடுகளோடு ஒப்பிடுகையில், வெகு முன்னதாக நடைபெற்றுவிட்டதால் அதன் வெற்றி முழுமையானதாகவும் இல்லை, உறுதியானதாகவும் இல்லை. இதன் காரணமாக, முந்தைய நிலப்பிரபுத்துவ உறவுகள் பெருமளவில் அழிக்கப்பட்டாலும் நிலவுடைமை வர்க்கம் பெருவாரியாக அழிந்து விடவில்லை. அது, பண நலமிகளோடு கைகோர்த்துக்கொண்டு, அரசு அதிகாரத்தில் பெரும் பங்கைக் கையகப்படுத்திக் கொண்டு, இரு நூற்றாண்டுகளில் முதலாளித்துவ நிலவுடைமையாளர்களாக தன்னை மேம்படுத்திக் கொண்டது.

நீண்ட காலத்திற்குப் பின்னர், 1789ஆம் ஆண்டிற்குப் பிறகு நடந்த முதலாளித்துவ புரட்சி பிரான்சு நாட்டில் ஏற்படுத்திய

உடனடி மாற்றங்கள் பெரிய விளைவுகளைக் கொண்டதாக இருந்தது. இது, மனித உரிமைக்கான முழக்கம் குறித்து ரூசோ மற்றும் பிற எழுத்தாளர்களின் படைப்புகளால் ஏற்பட்டதல்ல; "சுதந்திரம்-சமத்துவம்-சகோதரத்துவம்" என்பது புரட்சியின் புகழ்மிக்க முழக்கமாக இருந்ததால் ஏற்பட்டதல்ல. இங்கிலாந்தில் கிராம்வெல்லின் போராட்டத்தின் உள்ளுறை சாரமாக வர்க்கப் போராட்டம் பார்க்கப்பட வேண்டும்; அதைப் போல பிரஞ்சு புரட்சியின் சாரம், அப்புரட்சிப் பதாகைத் தாங்கிய நீதி நெறி கோட்பாடுகளில் அல்லாமல் வர்க்கப் போராட்டத்தில் பார்க்கப்பட வேண்டும்.

அத்தகைய காலகட்டம் குறித்து மார்க்ஸ் இப்படி சொல்கிறார்: "எப்படி ஒரு தனிநபரை அவரின் சுய மதிப்பீட்டின் அடிப்படையில் மதிப்பிட முடியாதோ அவ்வாறே ஒரு புரட்சி காலத்தை அதன் சுய உணர்வுகளிலிருந்து மதிப்பிட முடியாது." ஒரு புரட்சி காலத்தை புரிந்து கொள்வதற்கு, அதிகாரத்தைக் கைப்பற்றுவதற்காகப் போராடுகிற வர்க்கங்களை அறிந்துகொள்ள வேண்டும் என்பது முக்கியம்; புதிய வர்க்கம் முந்தைய வர்க்கத்திடமிருந்து அதிகாரத்தை கையகப்படுத்திக் கொள்கிறது என்று பார்ப்பது முக்கியம். புதிய வர்க்கத்தின் தலைவர்கள் தங்களின் போராட்டம் உன்னத நோக்கங்களுக்கானது என்றோ வர்க்க நலன்கள் மற்றும் வர்க்க அதிகாரத்தோடு நேரிடையாக தொடர்பற்ற பிரச்சனைகளுக்கானது என்றோ சொல்லிக்கொண்டாலும் உண்மையில் அதன் சாரம் வர்க்கப் போராட்டமாக உள்ளதென்று பார்ப்பது முக்கியம்.

முரண்பட்ட வர்க்கங்களுக்கு இடையிலான போராட்டமே மனித சமூக வளர்ச்சியின் உந்து சக்தியாக இருக்கிறது என்ற பார்வையே வரலாறு குறித்த மார்க்சிஸ்ட்களின் அணுகுமுறை. வர்க்கப் போராட்டம் நடைபெறுகிற அதேசமயம் இயற்கையை வெல்கிற மனித ஆற்றலின் அறிவியல் வளர்கிறது. தன் வாழ்க்கைக்குத் தேவையான பொருட்களை உற்பத்தி செய்யும் மனித ஆற்றலின் அறிவியல் வளர்கிறது. விசை இயந்திரத்தின் கண்டுபிடிப்பு உற்பத்தியில் முறையில் ஒரு முக்கியமான படிக்கல்லாகும். கைத்தறி நெசவாளி ஒரு வாரத்தில் செய்த உற்பத்தியை விசைத்தறி தொழிலாளியால் ஒரே நாளில் உற்பத்தி செய்ய முடிந்தது. எனவே கைவினைத் தொழிலாளியால் விசைத்தறி உற்பத்தியோடு போட்டிபோட முடியாத சூழல் ஏற்பட்டது. ஆக விசைத்தறி, இராட்டினம் மற்றும் கைத்தறி ஆகிய உற்பத்திக்

கருவிகளைத் தன்னுடைமையாகக் கொண்டிருந்த கைவினைத் தொழிலாளியை இல்லாமல் செய்துவிட்டது. உற்பத்திக்கருவியைத் தன் கையில் வைத்திருந்த கைவினைத் தொழிலாளியின் இடத்தை இரண்டு வர்க்கம் எடுத்துக்கொண்டன. ஒன்று, உழைப்பில் ஈடுபடாமல் ஆனால் விசை இயந்திரங்களை உடைமையாகக் கொண்ட முதலாளி வர்க்கம். இரண்டாவது, உற்பத்திக் கருவிகளை உடைமையாகக் கொண்டிராத ஆனால் கூலிக்காக உழைப்பில் ஈடுபட்ட தொழிலாளி வர்க்கம்.

இந்த மாற்றம் எவராலும் திட்டமிடப்பட்டு நடந்ததல்ல. புதிய அறிவாற்றல் கைவரப்பெற்ற ஒரு சிலர் அதனைத் தங்கள் சுயமுன்னேற்றத்திற்காக உற்பத்தியில் பயன்படுத்தியதன் விளவாக இம்மாற்றம் ஏற்பட்டது. ஆனால், இதைத் தொடர்ந்து ஏற்பட்ட சமூக விளைவுகள் குறித்து அவர்களுக்கு எவ்வித முன்னறிவோ உணர்வோ இருந்திடவில்லை. மனித சமூகத்தில் ஏற்பட்ட அனைத்து மாற்றங்களுக்கும் இது பொருந்தும் என்றார், மார்க்ஸ். மனிதன் தொடர்ந்து தன் அறிவை வளர்ததுக்கொண்டே இருந்தான்; தான் பெற்ற புதிய அறிவை உற்பத்தியில் பயன்படுத்தினான்; இதன் விளைவாக சமூக மாற்றம் நடந்துகொண்டே இருந்தது. இந்த சமூக மாற்றங்கள் வர்க்க மோதல்களுக்கு இட்டுச் சென்றன; இம்மோதல்கள், கருத்துகள் அல்லது பாராளுமன்றம், மதம் போன்ற நிறுவனங்கள் குறித்த மோதல்களாக வெளிப்பட்டன; ஏனெனில் அன்றைக்கிருந்த கருத்துகளும் நிறுவனங்களும் முந்தைய உற்பத்தி முறைகளையும் மற்றும் வர்க்க உறவுகளையும் அடிப்படையாகக் கொண்டிருந்தன.

“எஸ்டேட்” என்றழைக்கப்படும் அரசு அங்கங்களை எடுத்துக்கொள்வோம். அன்றைய இங்கிலாந்தில் இந்த நிறுவனங்கள் ஆன்மீக பிரபுக்கள் (Lords Spiritual), மதசார்பற்ற பிரபுக்கள்(Lords Temporal) மற்றும் பொது மக்கள் ஆகிய குழுக்களைக் குறிக்கும்; பாராளுமன்றத்தில் இம்மூன்று குழுக்களுக்கும் தனித்தனி பிரதிநிதித்துவம் உண்டு. இன்றைய இங்கிலாந்தில் பிரபுக்கள் சபை மற்றும் மக்கள் சபை (House of Lords, House of Commons) என்ற வடிவத்தில் இக்குழுக்களின் பிரதிநிதித்துவம் தொடர்கிறது. ஆனாலும் நிலப்பிரபுத்துவம் அழிக்கப்பட்டு சமூகம், முதலாளி-தொழிலாளி என்று வர்க்கங்களாகப் பிளவுபட்ட புதிய சூழலில் இந்தக் குழுக்கள் தங்கள் முக்கியத்துவத்தை இழந்துவிட்டன. பிரான்சு தேசத்தில் இத்தகைய குழுக்களின் அடிப்படையிலான பிரிவினைக்கு சிறிதளவும் இடமில்லை. அமெரிக்க நாடு பிறந்து

வளர்கிறபோது நிலப்பிரபுத்துவத்தின் அழிவு தொடங்கிவிட்டதால் அங்கு இத்தகைய குழுக்கள் கேள்விப்படாத ஒன்றாக இருந்தது.

இது போன்ற கருத்துகளையும் நிறுவனங்களையும் எது தோற்றுவித்தது? அவற்றை எது முடிவிற்குக் கொண்டு வந்தது? கருத்துகளும் நிறுவனங்களும் எங்கும் எப்போதும் மனித செயல்பாட்டின் விளைவாகவே வளர்ந்தன என்று மார்க்ஸ் குறிப்பிட்டார். மனித வாழ்க்கையின் அடிப்படைத் தேவைகளின் - உணவு, உடை வீடு - உற்பத்தியே முதன்மையான செயல்பாடு. புராதன சமூகம், அடிமைச் சமூகம், நிலப்பிரபுத்துவ சமூகம், இன்றைய முதலாளித்துவ சமூகம் என்று அனைத்து சமூகங்களிலும் மனித வர்க்கங்களுக்கு இடையிலான உறவுகள் உற்பத்தி முறையைப் பொறுத்தே உள்ளன. நிறுவனங்கள் குறித்து முன்கூட்டியே சிந்தித்துவிடவில்லை, மாறாக, அவை ஒவ்வொரு குழுக்களின் பழக்கவழக்கங்களிலிருந்து உருவாகின்றன; அறநெறி சிந்தனைகள், சட்டங்கள், நிறுவனங்கள், மற்ற பிற கருத்துகள் யாவும் பழக்கவழக்கங்களில் இருந்துதான் பிறக்கின்றன; ஆனால் பழக்கவழக்கங்களோ உற்பத்திமுறையைச் சார்ந்துள்ளன. எனவே உற்பத்தி முறை மாறிய போது - உதாரணமாக, உற்பத்திமுறை நிலப்பிரபுத்துவத்திலிருந்து முதலாளித்துவ உற்பத்திமுறையாக மாறிய போது - நிறுவனங்களும் கருத்தோட்டங்களும் மாறின. ஒரு காலகட்டத்தில் நியாயமாகத் தோன்றியது வேறொரு காலகட்டத்தில் அநியாயமாகப் பார்க்கப்பட்டது. பொருள்வகை மாற்றங்கள் (material changes) நிகழ்ந்த போது - அதாவது உற்பத்தி முறை மாறுகிற போது - கருத்து மோதல்களும், அன்றைய நிறுவனங்கள் மீதான எதிர்ப்பும் தவிர்க்க முடியாமல் எழுந்தன.

முதலாளித்துவ உற்பத்தியின் வளர்ச்சியோடு நிலப்பிரபுத்துவ உறவுகளுடனான மோதல்கள் வெடித்தன - புதிய உற்பத்தி முறையில் மூலதனமே உயர்வான இடத்தில் இருந்தது. ஆக, தெய்வீக உரிமைக்கு இடமில்லை, பிரதிநிதித்துவமில்லாமல் வரி இல்லை, வணிகத்திற்கு தடையற்ற உரிமை, குறைவான மையக்கட்டுப்பாடும் கூடுதல் தனிமனித உரிமையைக் கொண்ட நவீன மதக் கோட்பாடுகள் குறித்த எதிரெதிர் கருத்துகள் மோதிக்கொண்டன. சுதந்திர மனிதனின் கருத்தியலான உரிமைகள் மற்றும் மத வடிவங்களுக்கான போராட்டங்களாகத் தோன்றினாலும் உண்மையில் அவை இறந்து கொண்டிருந்த நிலப்பிரபுத்துவத்திற்கும் எழுச்சி கொண்ட முதலாளித்துவத்திற்கும் இடையிலான

போராட்டங்களாகவே இருந்தன; கருத்து மோதல்கள் இரண்டாம்பட்சமே.

இதன் காரணமாகவே மார்க்சிஸ்ட்கள், கற்பனாவாதிகளைப் போல, சமூக இயக்கங்களுக்கு வெறும் கருத்தியலான கோட்பாடுகளை முன்வைப்பதில்லை. ஒரு குறிப்பிட்ட காலத்தில் ஒரு குறிப்பிட்ட இடத்திற்கான சமூக இயக்கத்தின் எதிரொலியாக மனித சிந்தனையில் அத்தகைய கோட்பாடுகள் அனைத்தும் தோன்றுவதாக மார்க்சிஸ்ட்கள் கருதினார்கள். அவை, எப்போதும் எங்கும் பொருந்தக்கூடியதாக இருக்காது என்றும் கருதினார்கள். உலகமெங்கும் பொருந்தும் என்று கருதப்படுகிற 'மனிதர்கள் அனைவரும் சமம்' என்ற கோட்பாடு சமூகத்தின் பல்வேறு நிலைகளில். ஒரே விதமாகப் புரிந்துகொள்ளப் படுகிறது. கிரேக்க நகர தேசங்களில் அனவருக்கும் சம உரிமை என்பது அடிமைகளுக்கு வழங்கப்படவில்லை; பிரம்மாண்ட பிரஞ்சு புரட்சியின், 'சுதந்திரம் சமத்துவம் சகோதரத்துவம்' முழக்கத்தில் சுதந்திரம் என்பது வளர்ந்து வந்த முதலாளி வர்க்கம் தடையின்றி வர்த்தகம் செய்வதற்கான சுதந்திரமாக இருந்தது; சமத்துவம் என்பது முதலாளிகளுக்கும் நிலப்பிரபுக்களுக்கும் இடையிலான சமத்துவமாகவும், நிலப்பிரபுத்துவ அடக்குமுறைக்கும் தடைகளுக்கும் எதிராக முதலாளிகள் ஒருவருக்கொருவர் உதவுவதற்கான சமத்துவமாகவும் இருந்தது. ஆனால் இவ்வுரிமைகள் பிரஞ்சு காலனிகளில் இருந்த அடிமைகளுக்கு மட்டுமல்ல பிரான்சு தேசத்திலேயே இருந்த ஏழைகளுக்குக்கூட வழங்கப்படவில்லை.

ஒரு சமூகத்தில் மேலாதிக்கம் செலுத்தும் ஆளும் வர்க்கம், சமூகத்தின் பிற பகுதி மீது தன் கருத்தைத் திணிக்கும். தன் கைவசமுள்ள பிரச்சார கருவிகள், மாற்றுக் கருத்துள்ளவர்களைத் தன் வசமுள்ள நீதிமன்றம் மூலம் தண்டிக்கும் அதிகாரம் மற்றும் தன் கட்டுப்பாட்டிலுள்ள கல்வி ஆகியவற்றைப் பயன்படுத்தி பொதுச் சமூகத்தின் மீது தன் கருத்தைத் திணிக்கும் ஆற்றல் ஆளும் வர்க்கத்திற்கு உண்டு. எனவே ஒரு சமூகத்தில் நிலவும் பெருவாரியான கருத்துகள், குறிப்பாக சமூக அமைப்போடு தொடர்புள்ள கருத்துகள், வர்க்கக் கருத்துகளாகவே இருக்கும் என்று நாம் சொல்ல முடியும். மேலாதிக்க வர்க்கம் தனக்குள் பின்வருமாறு சொல்லிக்கொள்வதாக நாம் புரிந்து கொள்ளக்கூடாது.

"இதோ இங்கே ஒரு கருத்துள்ளது, அது பொய்யானதுதான். ஆனாலும் மற்றவர்கள் அதனை ஏற்கவோ அல்லது குறைந்தபட்சம் பொதுவெளியில் மறுக்காமலிருக்கவோ வற்புறுத்துவோம்."

அதேசமயம் ஆளும் வர்க்கம் கருத்துகளைத் திட்டமிட்டு உருவாக்குவதில்லை என்பதையும் புரிந்துகொள்ள வேண்டும். நிலப்பிரபுக்கள் அல்லது பணம்படைத்த தொழிலதிபர்களின் சக்தியை அடிப்படையாகக் கொண்ட வாழ்க்கை யதார்த்தத்திலிருந்து கருத்துகள் உருவாகின்றன. கருத்து உருவாகி நிலைபெற்ற பிறகு அதனை ஒவ்வொருவரும் ஏற்றுக்கொள்வதை உறுதிப்படுத்துவது மேலாதிக்க வர்க்கத் தேவையாகிவிடுகிறது. ஏனெனில், மக்கள் அக்கருத்தை ஏற்கவில்லையானால் அவர்கள் அதற்கிசைவாக நடக்க மாட்டார்கள். உதாரணத்திற்கு, மக்கள் மண்ணின் புனித உரிமையை எதிர்த்துவிடலாம். எனவே எந்த ஒரு காலத்திலும் எந்த ஒரு நாட்டிலும் உள்ள மேலாதிக்க வர்க்கம் 'ஆபத்தான சிந்தனைகள்' பரவுவதைத் தடுக்க என்ன செய்ய வேண்டுமோ அதைச் செய்யும்.

உற்பத்தி முறையில் பொருளிய மாற்றங்கள்தான் முதன்மையானது கருத்துகள் இரண்டாம் பட்சமே என்கிற போது எப்படி 'ஆபத்தான சிந்தனைகள்' எழும் என்ற கேள்வி எழக்கூடும். சுருக்கமாக, ஒரு புதிய உற்பத்தி முறை தோன்றும் முன்னர் அது குறித்த சிந்தனை எப்படி எழும்?

அதற்கான காரணிகள் தோன்றாதவரை அது குறித்து சிந்திக்க முடியாது என்பதுதான் பதில். அம்மாற்றத்திற்கான நிலைமைகள் தோன்றுகிற போது முந்தைய நிலைமைகளுக்கும் புதிய உற்பத்திமுறைக்கும் இடையிலான மோதல் அம்மாற்றம் குறித்து சிந்திக்க வைக்கும்.

உதாரணமாக, கூலி உழைப்பு மூலமான உற்பத்தி உண்மையாக வளர்ச்சி பெற்ற போது, லாபத்தின் பொருட்டு உற்பத்திப் பொருட்களை விற்க வேண்டிய தேவை எழுந்த போது வர்த்தகம் வளர்ச்சி பெற வேண்டிய அவசியம் எழுந்தது. இவ்வளர்ச்சி மீதான அன்றைய நிலப்பிரபுத்துவத் தடைகளுக்கு எதிராக முதலாளிகள் நிற்க வேண்டிய சூழல் உருவானது.

இதன் காரணமாக, வரிகளை நிர்ணயிப்பதில் முதலாளிகளுக்கும் பங்கு வேண்டும் என்பது போன்ற பல உரிமைகளுக்கான சிந்தனை எழுந்தது; நிலப்பிரபுத்துவத் தடைகளிலிருந்து விடுதலை குறித்த சிந்தனை எழுந்தது. அன்றைய சமூகம் முதலாளித்துவ சமூகம் இல்லைதான், ஆனால் ஒரு முதலாளித்துவ சமூகம் மலர்வதற்குரிய நிலைமைகள் உருவாகி விட்டன; இதன் விளைவாக முதலாளித்துவ சிந்தனைகள் உருவாகின.

இது சோசலிச சிந்தனைகளுக்கும் பொருந்தும். பிரமாண்ட உற்பத்தி விரிவாகப் பரவுகிற நிலையில், மிகை உற்பத்தியின்

காரணமாக முதலாளித்துவம் மீண்டும் மீண்டும் நெருக்கடியில் சிக்கும். அதன் விளைவாக முதலாளித்துவம் சமூக முன்னேற்றத்திற்கு தடையாக மாறும் நிலை உருவாகும். இந்த சூழலில்தான் கற்பனா சோசலிசத்திற்கு மாற்றாக விஞ்ஞான சோசலிச சிந்தனைகள் எழும். பொருளிய நிலைமைகளிலிருந்துதான் சிந்தனைகள் எழும் என்பது உண்மைதான். இருப்பினும், அப்படி எழுகிறபோது அவை மனிதனின் செயல்பாட்டின் மீதும் அதன் விளைவாக சமூக போக்கின் மீதும், தாக்கத்தை ஏற்படுத்துகின்றன. பழைய உற்பத்தி முறையை அடிப்படையாகக் கொண்ட கருத்துகள் பிற்போக்கானவை; அவை மனிதனின் செயலாக்கத்தை பின்னுக்கு இழுக்கும். எனவேதான் அந்தந்த காலகட்டத்தில் இருக்கும் மேலாதிக்க வர்க்கம் பிற்போக்கான கருத்துகளை கற்பிப்பதற்கு தன்னாலான அனைத்து முயற்சிகளையும் செய்யும். ஆனால், உற்பத்தியின் புதிய நிலைமைகளை அடிப்படையாகக் கொண்ட கருத்துகள் முற்போக்கானவை; அவை புதிய அமைப்பை நோக்கிய மாற்றத்திற்கு இட்டுச் செல்லும். இதன் காரணமாகவே மேலாதிக்க வர்க்கம் அவற்றை 'ஆபத்தானவை'யாகக் கருதுகிறது. 'பெருவாரியான மக்கள் அரைப் பட்டினியில் வாடுகிறபோது, விலை வீழ்ச்சியைத் தடுப்பதற்காக உணவு தானியங்களை அழிக்கும் சமூக அமைப்பு மோசமானது' என்ற கருத்து உண்மையிலேயே ஆபத்தான சிந்தனைதான். அச்சிந்தனை லாபத்திற்காக அல்லாமல் பயன்பாட்டிற்கான உற்பத்தியைக் கொண்ட சமூக அமைப்பிற்கு இட்டுச் செல்லும்; அச்சிந்தனை, சமூக மாற்றத்தை உருவாக்கும் பணியில் இறங்கும் சோசலிச மற்றும் கம்யூனிஸ்ட் கட்சிகளின் தோற்றத்திற்கு இட்டுச் செல்லும்.

சமூக வளர்ச்சி குறித்த மார்க்சிய சிந்தனை (வரலாற்று பொருள்முதல்வாதம்), 'மனிதனைச் சுற்றியுள்ள பொருளிய உலகே- புறச்சூழலே- அவன் செயல்பாடுகளை முழுமையாகத் தீர்மானிக்கிறது' என்ற கோட்பாட்டில் அமைந்ததல்ல. உண்மையில் மனிதனின் செயல்பாடும் அதனால் ஏற்படும் பொருளிய மாற்றங்களும் அவனைச் சுற்றியுள்ள புற உலகச் சூழலின் விளைவு மட்டுமல்ல புற உலகை கையாள்வதற்கான அவனது அறிவாற்றலின் விளைவுமாகும். ஆனால், அந்த அறிவினை பொருளிய உலக அனுபவங்களில் இருந்தே பெறுகிறான். அதாவது பொருளே முதன்மையானது. ஓரிடத்தில் அமர்ந்துகொண்டு சிந்திப்பதன் மூலம் இந்த உலக அனுபவத்தை அவன் பெற்றிடவில்லை. மாறாக, வாழ்வியல் தேவைகளுக்காக உற்பத்தியில் ஈடுபடுவதன்

மூலமே பெறுகிறான். அறிவாற்றல் வளர்கிற போது, புதிய உற்பத்தி முறைகளைக் கண்டுபிடித்து கையாள்கிற போது அப்புதிய வடிவங்களை முழுமையாகப் பயன்படுத்திக் கொள்ள முந்தைய சமூக அமைப்பு வடிவங்கள் தடையாகின்றன. வாழ்வியல் நடைமுறையிலிருந்து இதனை மனிதன் அறிந்துகொள்கிறான்; முந்தைய சமூக அமைப்பின் வடிவங்களால் உருவான இந்த குறிப்பிட்டத் தடைகளுக்கு எதிராக, குறிப்பிட்ட தீமைகளுக்கு எதிராக முதலில் போராடுகிறான். ஆனால், தவிர்க்க இயலாதவாறு முந்தைய சமூக அமைப்பிற்கு எதிரான பொதுவான போராட்டத்திற்கு வந்து சேர்கிறான்.

ஒரு குறிப்பிட்ட கட்டம் வரை, முந்தைய சமூக அமைப்பின் உள்ளிருந்து புதிய உற்பத்தி சக்திகள் வளர்ச்சி பெறுகிற செயல்முறை திட்டமிடலின்றி தன்னிச்சையான ஒன்றாக உள்ளது. அது போலவே, முந்தைய அமைப்புமுறையைப் பாதுகாக்கிற வடிவங்களுக்கு எதிரான போராட்டமும் ஒரு கட்டம் வரையில் தன்னிச்சையானதாகவும் திட்டமிடலின்றியும் நடைபெறும். ஆனால், முந்தைய வர்க்க உற்பத்தி உறவுகள், புதிய உற்பத்தி சக்திகளின் வளர்ச்சி அல்லது அதன் முழு பயன்பாட்டிற்கு தடையாக மாறுகிற நிலைமை உருவாவதை ஒருபோதும் தடுக்க இயலாது; அந்த கட்டத்தில், ‘எதிர்காலத்தை தன் கையிலேந்தும் வர்க்கம்’ உணர்வோடு திட்டமிட்டு செயலாற்றும்.

உற்பத்தியை வளர்க்கும் செயல்முறை தன்னிச்சையானதாகவும் திட்டமிடலற்றதாகவும் நீண்ட காலம் இருக்கத் தேவையில்லை. சமூக மாற்றத்தை உணர்வோடு திட்டமிட்டு அடுத்த கட்டத்திற்கு நகர்த்தவும், திட்டமிட்ட உற்பத்தியைக் கொண்ட சமுதாயத்தைக் கட்டுவதற்கும் போதுமான அனுபவத் தொகுப்பும், அம்மாற்றங்களின் விதிகள் குறித்த போதுமான அறிவாற்றலும் மனிதனிடம் இருக்கிறது.

ஏங்கல்ஸ் (*Handbook of Marxism, p299*) சொல்கிறார்:

“அந்நாள் வரையில் வரலாற்றின்மீது மேலாதிக்கம் செலுத்தி வந்த புறவயமான அயல் சக்திகள் மனிதர்களின் கட்டுப்பாட்டிற்குள் வந்து சேரும். அந்நாள் முதல் தான், மனிதர்கள் முழு உணர்வோடு தங்கள் வரலாற்றை செதுக்குகிறார்கள்.”

❒

பகுதி–3

முதலாளித்துவ சமூகம்

மார்க்ஸ் வாழ்க்கையின் பெரும் பகுதி முதலாளித்துவம் குறித்த - இங்கிலாந்தில் நிலப்பிரபுத்துவத்தை வெற்றி கொண்டு பின்னர் கடந்த நூற்றாண்டில் உலகெங்கும் தன்னை நிலைநிறுத்திக் கொண்ட உற்பத்தி முறை குறித்த - ஆய்விற்காக அர்ப்பணிக்கப்பட்டது. முதலாளித்துவ சமூகத்தின் இயக்கவிதிகளைக் கண்டுபிடிப்பதே மார்க்சின் ஆய்வு நோக்கமாக இருந்தது. முதலாளித்துவம் தோன்றிய நிலையிலேயே இருந்திடவில்லை, மாறாகப் படிப்படியாக வளர்ந்து வந்தது. மார்க்ஸ் வாழ்ந்த காலம் பதினெட்டாம் நூற்றாண்டின் இறுதியில் இங்கிலாந்தில் இருந்த 'தொழிற்புரட்சி காலம்' அல்ல. அவரது காலத்தில் இருந்த முதலாளித்துவ உற்பத்தி முறையை விவரிப்பது மட்டுமல்லாது, அது எந்த திசை வழியில் மாறுகிறது, ஏன் மாறுகிறது என்பதை அறிந்துகொள்வதும் ஆய்வின் இலக்காக இருந்தது. இது ஒரு புதிய அணுகுமுறையாக இருந்தது. ஏனெனில் பொருளாதாரம் குறித்து எழுதும் பிற எழுத்தாளர்கள் முதலாளித்துவத்தை மாறாத ஒன்றாக, நிலையானதாக எடுத்துக்கொண்டு விவரித்தார்கள். ஆனால், மார்க்சைப் பொறுத்தவரை முதலாளித்துவ உற்பத்தி முறையும் அதுவரையில் வரலாறு கண்ட மற்ற பிற உற்பத்தி முறைகளைப் போலவே மாறிக் கொண்டிருந்தது. எனவேதான் அவரின் ஆய்வு அன்றைக்கிருந்த உற்பத்தி முறையை விவரிப்பதோடு நில்லாமல், அது வருங்காலத்தில் எப்படியிருக்கும் என்பதையும் அறிவியல் பூர்வமாக வருமுன் உரைத்தது. முதலாளித்துவ வளர்ச்சிப் பாதையை அவரால் கணிக்க முடிந்ததால் இது சாத்தியமாயிற்று.

நிலப்பிரபுத்துவ காலத்து தனிமனிதனின் உற்பத்தியிலிருந்து முதலாளித்துவ உற்பத்தி தோன்றி வளர்ந்தது. உள்ளூர் நுகர்விற்கானதாகவே நிலப்பிரபுத்துவ உற்பத்திமுறை இருந்தது; தங்களுக்கும், தங்கள் எஜமானர்களுக்கும் தேவையான உணவு, உடை மற்றும் பிற பொருட்களை பண்ணை அடிமைகள் உற்பத்தி செய்தனர். ஒரு குறிப்பிட்ட குழுவினரின் தேவைக்கு மேல் பொருட்கள் உற்பத்தியான போது, அந்த மிகை உற்பத்தி பொருட்கள், பிற நாட்டிலிருந்தோ அல்லது நாட்டின் பிற பகுதியிலிருந்தோ கொண்டுவரப்பட்ட பிற பொருட்களோடு

பண்டமாற்று முறையில் விற்கப்பட்டன. எனினும் உற்பத்தி என்பது உற்பத்தி செய்பவர்கள் மற்றும் அந்த உற்பத்தி பொருட்கள் மீது உரிமை கொண்டிருந்த நிலப்பிரபுக்கள் ஆகியோரின் சுய நுகர்விற்கானதாகவே இருந்தது.

நிலப்பிரபுத்துவ அலகுகள் உடையத் தொடங்கிய போதுதான் இந்த உற்பத்தி முறை மெல்ல மெல்ல லாபத்திற்கான உற்பத்திக்கு வழி விட்டது. லாபத்திற்கான உற்பத்தியே முதலாளித்துவத்தின் முக்கியமான அடையாளமாகும். லாபத்திற்கான உற்பத்திக்கு இரண்டு தேவைப்படுகின்றன. ஒன்று, உற்பத்தி கருவிகளை (விசைத்தறி, நூற்கும் இயந்திரம் போன்றவை) வாங்குவதற்கு செல்வம் படைத்தவர்கள்; இரண்டு, தங்களின் உடைமையாக உற்பத்தி கருவிகள் ஏதுமின்றி, வாழ்வாதாரத்திற்கு உழைப்பதைத் தவிர வேறு வழியற்றவர்கள். வேறு சொற்களில் சொல்வதென்றால், உற்பத்தி கருவிகளை உடைமையாகக் கொண்ட 'முதலாளிகள்' வேண்டும், தங்களின் வாழ்வாதாரத்திற்கு, முதலாளிகளின் இயந்திரங்களைக் கொண்டு உழைப்பதைத் தவிர வேறு வழியற்ற உழைப்பாளிகளும் வேண்டும்.

தங்களின் நேரடியான நுகர்விற்காகவோ அல்லது தங்களின் புதிய 'எஜமானான' முதலாளியின் நேரடி பயன்பாட்டிற்காகவோ தொழிலாளர்கள் பொருட்களை உற்பத்தி செய்வதில்லை. மாறாக, முதலாளி சந்தையில் விற்பதற்காக உற்பத்தி செய்கிறார்கள். இது போல விற்பனைக்காக உற்பத்தி செய்யப்படும் பொருட்கள் "சரக்குகள்" என்றழைக்கப்படும். தொழிலாளி கூலி பெறுகிறான், கச்சா பொருட்களின் விலை, கூலி மற்றும் உற்பத்திக்கான இதர செலவு ஆகியவை போக பொருளுக்கு நுகர்வோர் தந்த விலையில் எஞ்சியிருப்பதை முதலாளி லாபமாகப் பெறுகிறான்.

இந்த லாபம் எங்கிருந்து வந்தது? முதலாளிகள், உற்பத்திப் பொருட்களை அதன் மதிப்பிற்கு மேல் - அடக்க விலைக்கு மேல் விலை வைத்து - விற்பதால் இந்த லாபம் வருவதற்கு வாய்ப்பில்லை என்கிறார் மார்க்ஸ். இதனால்தான் லாபம் என்று சொன்னால் முதலாளிகள் தங்களுக்குள் ஒருவரை ஒருவர் ஏமாற்றிக் கொள்கிறார்கள் என்று பொருள். ஏனெனில் அப்படிப்பட்ட லாபம் ஒரு முதலாளிக்கு வருகிற போது இன்னொரு முதலாளிக்கு நஷ்டம் ஏற்படும்; ஆக, மொத்தத்தில் லாபங்களும் நஷ்டங்களும் ஒன்றையொன்று நேர் செய்வதால் பொதுவான லாபம் எஞ்சியிருக்க வழியில்லை. எனவே, ஒரு சரக்கு சந்தைக்கு வரும்பொழுதே லாபத்தைச் சுமந்து வருகிறது. அதாவது, லாபம் என்பது சரக்கு

சந்தையில் விற்கப்படும் போது உருவாவதில்லை, மாறாக ஒரு சரக்கு உற்பத்தியாகும் போதே லாபம் உருவாகி விடுகிறது.

ஒரு சரக்கு உற்பத்தியாகும் போது அதன் அடக்க மதிப்பைக் காட்டிலும் கூடுதல் மதிப்பை உருவாக்குகிற காரணிகள் ஏதேனும் அச்சரக்கின் உற்பத்தி செயல்முறையில் உள்ளதா என்பதை ஆய்வு செய்ய வேண்டிய தேவையை இந்த விளக்கம் ஏற்படுத்துகிறது.

முதலில் "மதிப்பு" என்றால் என்ன என்ற கேள்வி எழுகிறது. சாதாரணமான மொழி வழக்கில் "மதிப்பு" என்பதற்கு இரு வேறு பொருள் உள்ளது. யாரேனும் பயன்படுத்துவதால் ஏற்படும் 'பயன்மதிப்பு' என்பது ஒன்று. உதாரணமாக, தாகம் எடுத்தவன் ஒரு பானத்தை மதிப்பிடுவது; இவ்வாறு ஒரு சரக்கு ஒருவரிடம் உணர்வு ரீதியான மதிப்பைப் பெறும். ஆனால், ஒரு சரக்கின் மதிப்பிற்கு இன்னொரு பொருளும் உண்டு. இது ஒரு சரக்கு சந்தையில் விற்கப்படும் பொழுது உருவாகிற மதிப்பு; இது "பரிவர்த்தனை மதிப்பு"என்றழைக்கப்படுகிறது.

இன்றைய நிலையில், முதலாளித்துவ அமைப்பில் குறிப்பிட்ட வாங்குவோருக்காக குறிப்பிட்ட பொருட்கள் உற்பத்தி செய்யப்படலாம் என்பது உண்மைதான். மார்க்ஸ் இதைப் பற்றி பேசவில்லை. சந்தையில் எவரும் வாங்குவதற்காக அனைத்து வகை பொருட்களும் கோடிக்கணக்கில் உற்பத்தி செய்யப்படுகிற, சாதாரண அல்லது இயல்பான முதலாளித்துவ உற்பத்தியை குறித்துதான் பேசுகிறார். சந்தையில் உற்பத்தி பொருட்கள் அதனதன் பரிவர்த்தனை மதிப்பை எப்படி பெறுகின்றன? உதாரணமாக, ஒரு குண்டூசியைவிட ஒரு மீட்டர் துணி கூடுதல் பரிவர்த்தனை மதிப்பை எப்படி பெறுகிறது?

பரிவர்த்தனை மதிப்பு பணத்தின் மூலம் அளவிடப்படுகிறது; ஒரு பொருள் ஒரு குறிப்பிட்ட அளவு பண மதிப்பு உடையதாக உள்ளது. பணத்தின் மூலமோ அல்லது நேரிடையான பரிவர்த்தனைக்காகவோ பொருட்களை ஒன்றோடொன்று ஒப்பீடு செய்வது எப்படி சாத்தியமாகிறது? எல்லா பொருட்களிலும் ஏதோ பொதுவான ஒன்று இருந்தால் மட்டுமே இப்படி ஒப்பீடு செய்வது சாத்தியமாகும் என்று மார்க்ஸ் குறிப்பிட்டார். இந்த பொதுவான காரணி எடையோ, நிறமோ அல்லது பௌதீக குணமோ இருக்க முடியாது என்பது தெளிவு.

அதேபோல பயன்மதிப்பும் அந்த பொதுவான அம்சம் இல்லை. அனைத்துப் பொருட்களும் மனித உழைப்பு மூலமே உற்பத்தியாகின்றன. ஆக மனித உழைப்பே அனைத்து உற்பத்தி பொருட்களிலுமுள்ள பொதுவான காரணியாகும். ஒரு பொருளை

உற்பத்தி செய்ய அதிகமான மனித உழைப்பு செலுத்தப்படுமென்றால் அப்பொருள் அதிகமான பரிவர்த்தனை மதிப்பைப் பெறுகிறது; ஒவ்வொரு பொருளிலும் அடங்கியுள்ள 'உழைப்பு நேரமே' பரிவர்த்தனை மதிப்பைத் தீர்மானிக்கிறது.

உழைப்பு நேரம் என்பது தனிப்பட்ட ஒரு மனிதனின் உழைப்பு நேரமல்ல. பொருட்கள் பொது சந்தையில் விற்கப்படும் பொழுது ஒவ்வொன்றின் பரிவர்த்தனை மதிப்பும் ஒரு சராசரியிலிருந்து கணக்கிடப்படுகிறது. ஒரு குறிப்பிட்ட எடை, தரம் மற்றும் அளவு கொண்ட ஒரு துணியின் பரிவர்த்தனை மதிப்பு என்பது அந்த பொருளை உற்பத்தி செய்ய சமூக ரீதியாக தேவைப்படும் சராசரி உழைப்பு நேரத்தின் மூலமே தீர்மானிக்கப்படுகிறது.

முதலாளித்துவத்தின் கீழ் உற்பத்தி செய்யப்படும் பொருட்களின் பரிவர்த்தனை மதிப்பைத் தீர்மானிப்பதற்கு இதுவே பொதுவான அடிப்படையாகும். அப்படியானால், உற்பத்தியில் ஈடுபடுகிற உழைப்பாளிக்கு வழங்கப்படும் கூலியை எது தீர்மானிக்கிறது? பொருட்களின் பரிவர்த்தனைக் குறித்து எழுப்பிய கேள்வியைப் போலவே கூலி குறித்த கேள்வியையும் மார்க்ஸ் எழுப்புகிறார்: முதலாளித்துவத்தின் கீழ் உழைப்பு சக்திக்கும் சந்தையில் ஒரு பரிவர்த்தனை மதிப்பு உண்டு என்பதை நாம் அறிவோம். முதலாளித்துவத்தின் கீழ் உற்பத்தி செய்யப்படும் பொருட்கள் மற்றும் உழைப்பு சக்தி இரண்டிற்கும் இடையிலான பொதுவான காரணி என்ன? உற்பத்தி பொருட்களின் பரிவர்த்தனை மதிப்பைத் தீர்மானிக்கிற உழைப்பு நேரம் குறித்து - பொருட்களை உற்பத்தி செய்யத் தேவைப்படும் உழைப்பு நேரம் - நாம் ஏற்கெனவே பார்த்தோம். உற்பத்தி பொருட்களுக்கும் உழைப்பு சக்திக்கும் இடையிலான பொதுவான காரணி இந்த உழைப்பு நேரமின்றி வேறேதுமில்லை. உழைப்பு சக்தியை உருவாக்க செலவாகும் உழைப்பு நேரம் என்றால் என்ன? ஒரு தொழிலாளி தொடர்ந்து உயிர் வாழ்வதற்கான உணவு, வீடு, உடை மற்றும் பிற தேவைகளை உற்பத்தி செய்ய செலவாகும் நேரமே (சமூக ரீதியிலான சராசரி நேரம்) உழைப்பு சக்தியை உருவாக்கும் உழைப்பு நேரமாகும். முதலாளித்துவ சமூகத்தில், ஒரு தொழிலாளி தன் குடும்பத்தை நடத்துவதற்கான தேவைகளையும் கணக்கில் கொள்ள வேண்டும். இந்தத் தேவைகளை உற்பத்தி செய்வதற்கு செலவாகும் உழைப்பு நேரமே, கூலிக்காக ஒரு தொழிலாளி முதலாளியிடம் விற்கிற உழைப்பு சக்தியின் பரிவர்த்தனை மதிப்பாகும்.

நவீன முதலாளித்துவ சமூகத்தில், ஒரு தொழிலாளி தன் உழைப்பு சக்தியை உருவாக்க (அதாவது தன்னையும் தன் குடும்பத்தையும் பராமரிக்க) நாளொன்றுக்கு நான்கு மணி நேரம் மட்டும் உழைத்தால் போதும் என்கிற போது அவர் நாள்தோறும் எட்டு மணி நேரம் அல்லது பத்து மணி நேரம் உழைக்கிறார். எனவே தனக்குத் தரப்படும் கூலிக்கு ஈடான உழைப்பை முதல் நான்கு மணி நேரத்தில் செலுத்தி விடுகிற தொழிலாளி ஒரு நாள் உழைப்பில் எஞ்சிய பகுதியை உபரி மதிப்பை உருவாக்குவதற்கு செலவிடுகிறான். இந்த உபரி உழைப்பை முதலாளி தனதாக்கிக்கொள்கிறான். உபரி உழைப்பின் மூலம் தன் கூலிக்கும் மிஞ்சி தொழிலாளி உருவாக்குகிற இந்த உபரி மதிப்பே முதலாளியின் லாபத்திற்கான ஆதாரம்.

மதிப்பு மற்றும் உபரி மதிப்பு குறித்த மார்க்சின் இந்த சுருக்கமான கருத்துரை பல வழிகளில் பொருத்திப் பார்க்க வேண்டியுள்ளது. அனைத்து அம்சங்களையும் பார்ப்பதற்கு இங்கு இடமில்லை எனினும் சில பொதுவான அம்சங்களை குறிப்பிடமுடியும்.

பரிவர்த்தனை மதிப்பு (exchange value)என்ற பதம் பயன்படுத்தப்பட்டிருக்கிறது. ஏனெனில் அதுவே ஆய்வு முழுமைக்குமான அடிப்படையாக உள்ளது. ஆனால், நிஜ வாழ்வில் பொருட்கள் எப்பொழுதும் பரிவர்த்தனை மதிப்பிற்கு சரிநிகராக விற்கப்படுவதில்லை. பொருட்களும் அல்லது மனித உழைப்பு சக்தியும் சந்தையில் குறிப்பிட்ட ஒரு விலைக்கு (price) விற்கப்படுகின்றன. இந்த விலை பரிவர்த்தனை மதிப்பைவிட கூடுதலாகவோ குறைவானதாகவோ இருக்கும். ஒரு குறிப்பிட்ட உற்பத்தி பொருள் சந்தையில் கூடுதலாக இருக்குமானால் அன்றைக்கு அதன் விலை பரிவர்த்தனை மதிப்பைக் காட்டிலும் மிகக் குறைவாக இருக்கும்; ஆனால், பொருள் பற்றாக்குறையாக இருக்குமானால் அப்போது விலை பரிவர்த்தனை மதிப்பைக் காட்டிலும் உயர்வாக இருக்கும். விலையின் இந்த ஏற்ற இறக்கத்தின் மீது "வழங்கல் மற்றும் கிராக்கி" (supply and demand) செல்வாக்கு செலுத்துகிறது. இவ்வுண்மை, "வழங்கல் மற்றும் கிராக்கி" தான் விலையைத் தீர்மானிக்கிற ஒரே காரணி என்ற சிந்தனைக்கு முதலாளித்துவ பொருளாதார வல்லுநர்களை இட்டுச் சென்றது. ஆனால், "வழங்கல் மற்றும் கிராக்கி" ஒரு குறிப்பிட்ட மட்டத்திற்கு அல்லது அளவிற்கு மேலும் கீழுமான ஏற்ற இறக்கத்தைத்தான் உண்மையில் ஏற்படுத்துகிறது என்பதில் ஐயமில்லை. அந்த குறிப்பிட்ட அளவு எது, அது ஒரு ரூபாயோ

அல்லது ஆயிரம் ரூபாயோ, என்பதைத் தீர்மானிப்பது “வழங்கல் மற்றும் கிராக்கி” அல்ல; மாறாக, அப்பொருளை உற்பத்தி செய்ய செலவாகும் உழைப்பு நேரமே அதனைத் தீர்மானிக்கிறது.

உழைப்பு சக்தியின் விலை மீதும் - அதாவது நிஜத்தில் வழங்கப்படும் கூலியின் மீதும் - “ வழங்கல் மற்றும் கிராக்கி” செல்வாக்கு செலுத்துகிறது. ஆனால், அதேசமயம் கூலியின் மீது தொழிற்சங்கத்தின் வலிமை உள்ளிட்ட பிற காரணிகளும் செல்வாக்கு செலுத்துகின்றன. இருந்தபோதிலும், முதலாளித்துவ சமூகத்தில் பொதுவாக உழைப்பு சக்தியின் விலை ஒரு குறிப்பிட்ட மட்டத்திற்கு அல்லது அளவிற்கு மேலும் கீழுமான ஏற்ற இறக்கம் கொண்டதாக இருக்கும். அந்த குறிப்பிட்ட அளவு எது? அது, தொழிலாளிகள் தங்களைப் பராமரிப்பதற்கானத் ‘தேவைக்கு’ நிகரானது. இத் ‘தேவை’ பல்வேறு தரத்தை மற்றும் குழுக்களைச் சார்ந்த தொழிலாளிகளின் வேறுபட்ட தேவைகளைக் (உயிர் வாழ்வதற்கான குறைந்தபட்ச தேவையைக் காட்டிலும் கூடுதலான தரநிலையை முந்தைய தொழிற்சங்கப் போராட்டங்கள் நிர்ணயம் செய்தன. அதனடிப்படையிலான தேவைகளைக்) கணக்கில் எடுத்துக் கொள்கிறது.

பல்வேறு தரங்களைச் சார்ந்த தொழிலாளர்களின் உழைப்பு சக்திகள் ஒரே மதிப்பை கொண்டிருக்க முடியாது; திறன்பயிற்சி பெறாத ஓர் உழைப்பாளி ஒரு மணி நேரத்தில் உருவாக்கும் மதிப்பைக் காட்டிலும் கூடுதல் மதிப்பை திறன்பயிற்சி பெற்ற ஒரு பொறியாளர் ஒரு மணி நேரத்தில் உருவாக்குகிறார். பொருட்கள் விற்கப்படும் பொழுது சந்தை இந்த வேறுபாடுகளைக் கணக்கில் கொள்கிறது என்று மார்க்ஸ் குறிப்பிட்டார். திறன் பயிற்சி பெற்ற தொழிலாளி மற்றும் திறன் பயிற்சி பெறாத உழைப்பாளி இருவரும் ஒரு மணி நேரத்தில் செய்யும் உற்பத்திகளுக்கிடையிலான உறவை சந்தை பதிவு செய்கிறது என்கிறார் மார்க்ஸ்.

இந்த வேறுபட்ட மதிப்பு எப்படி உருவாகிறது? இக்கேள்விக்கு மார்க்ஸ் பதில் சொல்கிறார்: திறன் என்பது திறனின்மையைவிட அறம் மிக்கது என்ற எந்த ஒரு கொள்கையின் அல்லது கருத்தியலின் அடிப்படையில் இவ்வேறுபாடு உருவாகவில்லை. தோணியை விட நீராவி கப்பல் கூடுதல் மதிப்பு கொண்டது. ஏனெனில் நீராவி கப்பலை உருவாக்குவதில் கூடுதல் மனித உழைப்பு செலுத்தப்பட்டுள்ளது. இதே காரணத்திற்காகத்தான் திறன்பயிற்சி பெற்ற தொழிலாளியின் உழைப்பு சக்தி திறன்பயிற்சி பெறாத உழைப்பாளியின் உழைப்பு சக்தியைக் காட்டிலும் கூடுதல்

பரிவர்த்தனை மதிப்பு பெறுகிறது. திறன்பெற்ற தொழிலாளி பயிற்சி பெறுவதிலும் மற்றும் அத்திறனை பராமரிப்பதற்குரிய உயர்வாழ்நிலை தேவைகளிலும் கூடுதல் உழைப்பு நேரம் அடங்கியுள்ளது.

உழைப்பின் செறிவு முந்தைய சராசரி செறிவைவிட கூடுதலாக இருக்குமானால், அது கூடுதல் உழைப்பு நேரத்திற்கு நிகரானதாகும்; கூடுதல் செறிவு கொண்ட எட்டு மணி நேர உழைப்பு, முந்தைய சராசரி செறிவு கொண்ட உழைப்பு பத்து அல்லது பன்னிரண்டு மணி நேரத்தில் உருவாகக்கூடிய மதிப்பைக்காட்டிலும் கூடுதல் மதிப்பை உருவாக்கும்.

லாபத்தின் ஊற்றுக்கண்ணை காட்டுகிற மார்க்சிய ஆய்வின் முக்கியத்துவம் என்ன? முதலாளித்துவ காலத்தின் வர்க்கப் போராட்டத்தை விளக்குவதே அதன் முக்கியத்துவம். ஒவ்வொரு ஆலையிலும் அல்லது நிறுவனத்திலும் தொழிலாளர்களுக்குக் கொடுக்கப்படும் கூலி அவர்களால் உருவாக்கப்படும் முழு மதிப்பிற்கு நிகரானதல்ல; மாறாக பாதியாகவோ அல்லது அதைக்காட்டிலும் குறைவானதாகவோ இருக்கிறது. அதாவது வேலை நேரத்தில் சிறு பகுதி தனக்காகவும் எஞ்சிய பெரும் பகுதி முதலாளிக்காகவும் தொழிலாளி உழைக்கிறான். தன் வேலைநாள் ஒன்றில் தொழிலாளி உற்பத்தி செய்யும் இந்த உபரி மதிப்பை முதலாளி ஒட்டு மொத்தமாகத் தனதாக்கிக் கொள்கிறான்.எனவே உபரி மதிப்பை கூட்டுவதற்கு முதலாளி எப்பொழுதும் தொடர்ந்து முயற்சிக்கிறான். இதனை அவன் பல வழிகளில் சாத்தியமாக்கலாம்: உதாரணமாக, தொழிலாளியின் கூலியை குறைப்பதன் மூலம் சாத்தியப்படுத்தலாம்; எட்டு மணி நேர உழைப்பில் கூலிக்கு நிகரான உழைப்பு நேரத்தின் பங்கு குறைந்து போக கூடுதல் பங்கு முதலாளிக்குச் சென்றுவிடுகிறது என்பது இதன் பொருள். உழைப்பின் செறிவைக் கூட்டுவதன் மூலமாகவோ அல்லது உழைப்பின் வேகத்தை உயர்த்துவதன் மூலமோகூட இதே விளைவை பெற முடியும். வேலை நேரத்தை நீட்டிக்கும் போதும் முதலாளிக்கான பங்கு கூடுகிறது. மறுபுறம், தன் நிலைமையை முன்னேற்றுவதற்காகத் தொழிலாளி, கூலி உயர்வு கோரியும் வேலை நேரத்தைக் குறைக்கக் கோரியும் மற்றும் உழைப்பு வேகப்படுத்தப்படுவதை எதிர்த்தும், போராடுகிறான்.

ஆதலால் முதலாளித்துவ உற்பத்தி முறை நீடிக்கும்வரை, முதலாளிகளுக்கும் மற்றும் தொழிலாளிகளுக்கும் இடையிலான தொடர்ச்சியான போராட்டம் ஒருபோதும் முடிவுறாது. தனித்த

ஒரு தொழிலாளி அல்லது தொழிலாளிகளின் ஒரு குழு தனித்த ஒரு முதலாளியை எதிர்ப்பது என்ற அளவில் தொடங்குகிற போராட்டம் படிப்படியாக விரிவடைகிறது. தொழிற்சங்க அமைப்பு ஒரு புறமும் முதலாளிகளின் அமைப்பு மறுபுறமும் ஒன்றிற்கொன்று எதிராக அதனதன் வர்க்கத்தை வெகுவாகத் திரட்டுகின்றன. இறுதியில் தொழிலாளிகளின் அரசியல் அமைப்புகள் கட்டமைக்கப்படுகின்றன. இவை விரிவடைகிறபோது, அனைத்து தொழிலாளர்களையும் மற்றும் பிற பகுதி மக்களையும் முதலாளித்துவ வர்க்கத்திற்கு எதிராக அணிதிரட்ட முடியும். இந்தப் போராட்டம் உச்சகட்ட வடிவம் பெறுகிற போது, முதலாளித்துவ வர்க்கத்தைத் தூக்கி எறிந்துவிட்டு புதிய உற்பத்தி முறையை நிலைநிறுத்துகிற, புரட்சியாக மாறுகிறது. இந்த புதிய உற்பத்தி முறையில் தொழிலாளர்கள் ஒரு பகுதி வேலைநேரத்தில் முதலாளி வர்க்கத்தின் நலனுக்காக உழைக்க மாட்டார்கள். இது குறித்து பின்வரும் பகுதியில் மேலும் முழுமையாக பேசப்படும்; உற்பத்தி செயல்முறையில் தொடர்ச்சியாக மோதிக்கொள்கிற இரண்டு வர்க்கங்களின் நலன்கள் ஒன்றிற்கொன்று எதிராக இருப்பது முதலாளித்துவ உற்பத்திமுறையின் இயல்பு. இவ்வியல்பின் தவிர்க்க முடியாத விளைவாகவே முதலாளித்துவ அமைப்பில் வர்க்கப் போராட்டம் இருக்கிறது. இதுவே கவனத்தில் கொள்ள வேண்டிய அவசியமான ஒன்றாகும்.

கூலி மற்றும் லாபம் குறித்த ஆய்வுகளுக்கு அடுத்து மூலதனம் குறித்த ஆய்வைக் காண்போம். முதலில் ஒன்றை புரிந்துகொள்ள வேண்டும். உற்பத்தியின் போது தொழிலாளியால் உருவாக்கப்படுகிற உபரி மதிப்பு முழுவதும் அத்தொழிலாளியின் முதலாளியிடம் இருந்துவிடுவதில்லை. மாறாக அதிலிருந்து வெவ்வேறு முதலாளி குழுக்கள் தங்கள் பங்கை எடுத்துக் கொள்கின்றன. நிலத்தின் சொந்தக்காரன் நில வாடகையை எடுத்துக் கொள்கிறான், வங்கி முதலாளி வட்டியை எடுத்துக் கொள்கிறான், இடைத்தரகர் "வணிக லாபத்தை" எடுத்துக் கொள்கிறான்; எஞ்சியதை ஆலை முதலாளி லாபமாக எடுத்துக் கொள்கிறான். இந்த விளக்கம் முன்னர் கூறப்பட்ட ஆய்விற்கு எவ்வகையிலும் முரண்பட்டதல்ல; கொள்ளையைப் பங்கிட்டுக்கொள்ள இம்முதலாளி பகுதிகள் தங்களுக்குள் மோதிக்கொள்கின்றன என்பதையே இவ்விளக்கம் எடுத்துச் சொல்கிறது. ஆனால், இவர்கள் அனைவரும் தொழிலாளி வர்க்கத்திடமிருந்து எவ்வளவு முடியுமோ அவ்வளவு உறிஞ்சிவிடுவதில் ஒன்றுபட்டு நிற்கின்றனர்.

மூலதனம் என்றால் என்ன?

இயந்திரம், கட்டடங்கள், நிலம், கச்சாப் பொருட்கள், எரிபொருள் மற்றும் உற்பத்திக்குத் தேவைப்படும் பிற பொருட்கள் என்று மூலதனம் பல பௌதீக வடிவம் கொண்டது; உற்பத்திக்கான கூலியாகக் கொடுக்கப்படும் பணமும் மூலதனம்தான்.

இருப்பினும், இயந்திரம், கட்டடங்கள் மற்ற பிறவும் மற்றும் ஒட்டு மொத்த பணம்கூட மூலதனமாகி விடாது. உதாரணமாக, வாழ்விடமாக ஒரு வீடு, அதைச் சுற்றி சிறிய நிலம், சில கால்நடைகள் மற்றும் கொஞ்சம் பணம் இவ்வளவும் கொண்ட ஒரு விவசாயி வேறு எவரையும் வேலைக்கு அமர்த்தாமல் தனக்குத் தானே முதலாளியாக இருந்தால் அவரது சொத்து எதுவும் மூலதனமாகாது. உபரி மதிப்பை உருவாக்கப் பயன்படுவதே பொருளாதாரப் பார்வையில் மூலதனமாகும்; அதாவது உற்பத்தியின் பொழுது பொருட்களோடு உபரி மதிப்பையும் உருவாக்கும் தொழிலாளிகளின் உழைப்பை வாங்கப் பயன்படுவதே மூலதனமாகும்.

அத்தகைய மூலதனத்தின் ஊற்றுக்கண் எது?

வரலாற்றைத் திருப்பிப் பார்க்கிற போது, தொடக்க காலத்தில் மூலதனக் குவிப்பு என்பது பெரும்பாலும் வெளிப்படையான நேரடி கொள்ளையாகவே இருந்துள்ளது. தங்கமாகவும் மற்றும் விலைமதிப்புள்ள பிற பொருட்களாகவும் இருந்த பெருமளவு மூலதனம் அமெரிக்கா, இந்தியா மற்றும் ஆப்பிரிக்காவை ஆக்கிரமித்தவர்களால் கொள்ளையடிக்கப்பட்டவை. மூலதனம் உருவான வழி இந்த கொள்ளை மட்டுமல்ல. இங்கிலாந்தில்கூட அடைப்புச் சட்டங்கள் (Enclosure Act) யாவும் முதலாளித்துவ விவசாயிகளின் நலனுக்காக சாதாரண விவசாயிகளின் நிலங்களைக் களவாடின. இதன் விளைவாக விவசாயிகளுக்கு அவர்களின் வாழ்வாதாரம் மறுக்கப்பட்டது; புதிய உடைமையாளர்களின் நலனுக்காக தங்களிடமிருந்து பறிக்கப்பட்ட நிலங்களில் உழைப்பதைத் தவிர, தங்களின் வாழ்வாதாரத்திற்கு, வேறு வழியற்ற பாட்டாளிகளாக சாதாரண விவசாயிகள் மாற்றப்பட்டனர். 'இதுவே மூலதனத்தின் உண்மையான ஊற்றுக்கண் - ஆதி மூலதனத் திரட்டல் (primitive accumulation) - என்கிறார், மார்க்ஸ். இதுவன்றி, சில இதிகாச மனிதர்கள் மிகச் சிக்கனமாக உண்டு, உடுத்தி வாழ்ந்து சேமித்ததன் மூலம் உருவானதல்ல மூலதனக் குவியல் என்று சொல்லி அதனை பின்வருமாறு கேலி செய்கிறார் (*Handbook of Marxism, p-376*) :

"இறையியலில் பாவத்தின் 'மூலம்' எப்படியோ அதைப் போன்றது, அரசியல் பொருளாதாரத்தில் ஆதி மூலதன திரட்டல் என்பது. ஆதாம் ஆப்பிளைக் கடித்தவுடன் மனித இனத்தின் மீது பாவம் வந்து வீழ்ந்தது.......................... காலப்போக்கில் இரு வகைப்பட்ட மனிதர்களாகினர். சுறுசுறுப்பு, ஊக்கம், அறிவாற்றல் மற்றும் அளவோடு செலவு செய்பவர்கள் ஒருவகை என்றால் சோம்பேறியாகவும் ஊதாரித்தனமாக செலவு செய்தவாறு அடக்கமின்றி வாழ்பவர்கள் மற்றொரு வகை.....................இப்படியாக முதல்வகையினர் செல்வத்தைக் குவிக்க மற்றொரு வகையினர் தங்கள் உழைப்பை விற்பதைத் தவிர மற்ற அனைத்தையும் இழந்தனர். ஆக, பெரும்பான்மையான மக்களின் வறுமைக்கு இந்த ஆதி முதல் பாவமே காரணம்; காலமெல்லாம் உழைத்த பின்னரும் இந்நாள் வரையில் அவர்களிடம் உழைப்பைத் தவிர வேறு எதுவுமில்லை; உழைப்பதை நிறுத்திக்கொண்ட ஒருசிலரின் செல்வம் எப்போதும் வளர்கிறது."

ஆனால், மூலதனம், ஆதி மூலதனக் குவியலோடு நின்றுவிடவில்லை; மாறாக பெருமளவில் வளர்ந்துள்ளது. இந்த ஆதி மூலதனம் நேரடி கொள்ளையின் விளைவென்றால் அதன்பின் உருவான கூடுதல் மூலதனம் எங்கிருந்து வந்தது?

இக்கேள்விக்கு 'மறைமுகக் கொள்ளை' என்று பதிலளிக்கிறார், மார்க்ஸ். வாழ்வாதாரத்தைப் பெறுவதற்குரிய உழைப்பை ஒரு தொழிலாளி செலுத்திய பின்னும் கூடுதல் மணிநேரம் அவனை உழைக்க வைத்து, அதன் மூலம் உருவாகும் உபரி உழைப்பை தனதாக்கிக் கொள்வதுதான் இந்த மறைமுகக் கொள்ளை. இந்த உபரி மதிப்பின் ஒரு பகுதியை முதலாளி தன் வாழ்க்கைச் செலவிற்கு வைத்துக்கொண்டு எஞ்சியதை புதிய மூலதனமாகப் பயன்படுத்துகிறான். இதனை தனது முந்தைய மூலதனத்தோடு இணைக்கிறான்; அதனால் கூடுதல் தொழிலாளிகளை பணியமர்த்த முடிகிறது; அடுத்த உற்பத்தி சுழற்சியில் கூடுதல் உபரி மதிப்பை பெற முடிகிறது; அதாவது கூடுதல் மூலதனம் கிடைக்கிறது - இந்த சுழற்சி மீண்டும் மீண்டும் நடைபெற மூலதனம் வளர்ந்துகொண்டே செல்கிறது.

பிற பொருளாதார விதிகளும் சமூக விதிகளும் செயல்படாவிட்டால் இவ்வளர்ச்சி எல்லையற்றதாகிவிடும். நீண்டகால வளர்ச்சிப்போக்கில் இவ்வளர்ச்சிக்கு வர்க்கப் போராட்டம் முக்கியமான தடையாகிறது. இப்போராட்டம் அவ்வப்போது தடைக்கல்லாகி, ஒரு கட்டத்தில் முதலாளித்துவ உற்பத்தி முறையை முடிவிற்குக் கொண்டு வருவதன் மூலம் ஒட்டுமொத்த முதலாளித்துவ நிகழ்முறைக்கு முற்றுப்புள்ளி வைக்கிறது. சீரிய முதலாளித்துவ வளர்ச்சிக்கு அதன் இயல்பின் உள்ளிருந்தே எழும் பல தடைகளும் உள்ளன.

மூலதன விரிவாக்கத்திற்குத் தடை ஏற்படுத்துகிற பொருளாதார நெருக்கடிகள் உருவாகின்றன. ஏற்கெனவே முந்தைய ஆண்டுகளில் குவிக்கப்பட்ட மூலதனத்தின் ஒரு பகுதியின் அழிவிற்குக்கூட இந்நெருக்கடிகள் இட்டுச் செல்லும். "இந்த நெருக்கடிகளின் காரணமாக முந்தைய யுகங்கள் கண்டிராத 'மிகை உற்பத்தி என்ற பெருந்தொற்று' வெடித்தது" என்று *(Handbook of Marxism, p29)* மார்க்ஸ் சொல்கிறார். நிலப்பிரபுத்துவ சமூகத்தில் கோதுமை அபரிதமாக விளைந்தால் அனைவருக்கும் கூடுதல் உணவு கிடைக்கிறது என்று பொருள்; ஆனால், முதலாளித்துவ சமூகத்தில் மிகக் கூடுதலாக விளைந்த கோதுமையை விற்க முடியாமல் அடுத்த ஆண்டில் குறைந்த அளவிலேயே கோதுமை விதைக்கப்படுவதால் வேலையின்மைக் காரணமாக தொழிலாளர்கள் பட்டினி கிடக்க நேரிடும்.

முதலாளித்துவ நெருக்கடியின் இயல்புகள் இப்பொழுதுதான் பழக்கமானவையாக ஆகிவிட்டன. மிகை உற்பத்தியின் விளைவாக புதிய உற்பத்தி குறைகிறது; தொழிலாளர்கள் வேலையிழக்கிறார்கள்; அவர்களின் வேலையிழப்பால் சந்தையில் பொருட்களுக்கு கிராக்கி வீழ்கிறது; இதனால் மேலும் பல தொழிற்சாலைகள் உற்பத்தி வேகத்தை குறைக்கின்றன; புதிய தொழிற்சாலைகள் துவக்கப்படுவது நின்று போவதோடு சில தொழிற்சாலைகள் மூடப்படுகின்றன. வேலையற்றோரும் அவர்தம் குடும்பங்களும் பட்டினி நோயால் ஒரு புறம் வாடுகிற போது மறுபுறம் மிகை உற்பத்தியான கோதுமையும் பிற உணவு தானியங்களும் அழிக்கப்படுகின்றன. இது ஒரு பைத்தியகார உலகமாகிறது; இறுதியில் தானியங்கள் பயன்படுத்தப்பட்டோ அல்லது அழிக்கப்பட்டோ கையிருப்பு குறைந்த பின்னர் மீண்டும் உற்பத்தித் தொடங்குகிறது, வணிகம் வளர்கிறது, கூடுதல் வேலைவாய்ப்புகள் உருவாகுகின்றன- ஓராண்டிற்கு அல்லது ஈராண்டிற்கு படிப்படியாக மீள்கிற

பொருளாதாரம் தடையற்ற உற்பத்தி பெருக்கத்திற்கு இட்டுச் செல்கிறது; மீண்டும் மிகை உற்பத்தியும், நெருக்கடியும் ஏற்படும் வரையில் இது நடைபெறுகிறது. ஆக, இந்த சுழற்சி மீண்டும் மீண்டும் ஏற்படுகிறது.

இந்த நெருக்கடிக்கு என்ன காரணம்? மார்க்ஸ் பதில் சொல்கிறார்: கூடுதல் லாபத்திற்காக - அதாவது கூடுதல் உற்பத்திக்காகவும் கூடுதல் விற்பனைக்காகவும் - மூலதனத்தின் ஒவ்வோர் அங்கமும் விரிவடைய முயல்கிறது. மூலதனம் கூடக்கூட உற்பத்தி கூடுகிறது. ஆனால், அதே சமயம் மூலதனம் கூடுகிற போது தொழிலாளியின் இடத்தை இயந்திரம் எடுத்துக்கொள்வதால், உழைப்பு சக்தி குறைவாகப் பயன்படுத்தப்படுகிறது. வேறு சொற்களில் சொல்வதென்றால் மூலதனம் கூடக்கூட உற்பத்தி கூடுகிறது, கூலி குறைகிறது; இதன் விளைவாக உற்பத்தியாகும் பொருட்களுக்கான கிராக்கி குறைகிறது. (ஒட்டுமொத்த கூலியில் ஒரு முழுமையான வீழ்ச்சி ஏற்பட வேண்டிய அவசியமில்லை என்பதை இங்கு தெளிவுபடுத்த வேண்டியுள்ளது; ஒட்டுமொத்த கூலி கூடியிருக்கலாம், ஆனால், இந்த கூடுதல் மொத்த உற்பத்தியின் கூடுதலைவிட குறைவு என்பதால் உற்பத்தியைக் காட்டிலும் கிராக்கி குறைந்துவிடுகிறது.

மூலதன வளர்ச்சிக்கும் தொழிலாளிகளால் ஏற்படும் கிராக்கியின் ஒப்பு தேக்கத்திற்கும் (relative stagnation) இடையிலான அசமத்துவமே நெருக்கடிக்கான ஆணிவேர். ஆனால், நெருக்கடி வெளிப்படையாகத் தெரிகிற காலமும் நெருக்கடி வளர்கிற பாதையும் வேறு பல காரணங்களைப் பொறுத்துள்ளது. 1939இல் இங்கிலாந்தின் மிகப்பெரிய அளவில் நடைபெற்ற இராணுவ தளவாட உற்பத்தி இதற்கு மிகச் சிறந்த உதாரணமாகும். இது, தவிர்க்கவே முடியாத நெருக்கடியை காலம் தாழ்த்தக்கூடும் அல்லது சில காலம் மறைக்கக்கூடும்.

‘போட்டி’ என்பது முதலாளித்துவ வளர்ச்சியிலுள்ள மற்றொரு முக்கியமான காரணியாகும். முதலாளித்துவ உற்பத்தியின் மற்ற அனைத்துக் காரணிகளைப் போல போட்டியும் இரு முரண்பட்ட விளைவுகளை ஏற்படுத்துகிறது. ஒரு புறம், உற்பத்தி பொருட்களை கூடுதலாக விற்பதற்கான போட்டியில் ஒவ்வொரு முதலாளித்துவ நிறுவனமும், கூலியை நேரடியாகக் குறைத்தோ அல்லது உற்பத்தி வேகத்தைக் கூட்டியோ அல்லது வேறு ஏதோ ஒரு வகையிலோ, உற்பத்தி செலவைத் தொடர்ந்து குறைக்க முயற்சிக்கிறது. மறுபுறம், குறைந்த எண்ணிக்கையிலான தொழிலாளர்களைக்

கொண்டு உற்பத்தி செய்யும் வகையில் தொழில்நுட்பத்தை மேம்படுத்தத் தேவையான மூலதனத்தைத் திரட்டும் நிறுவனங்கள் மேலே சொன்ன அதே விளைவை - கொடுக்கப்படும் மொத்த கூலி குறைவதால் கிராக்கி குறைகிறது - ஏற்படுத்த உதவுகின்றன. இருப்பினும், தங்களின் தொழில்நுட்பத்தை மேம்படுத்திக் கொண்ட நிறுவனங்கள், போட்டியாளர்கள் தங்களைப் பின்பற்றி குறைந்த அளவு தொழிலாளர்களைக் கொண்டு உற்பத்தி செய்யும் வரையில், உயர்விகித லாபத்தை சிலகாலம் பெறுகின்றன. ஆனால், அனைத்துப் போட்டியாளர்களாலும் தாக்குப் பிடிக்க முடிவதில்லை. தாக்குப் பிடித்து நிற்பதற்கு தொழிற்சாலையை மேலும் மேலும் நவீனப்படுத்த தேவைப்படும் மூலதனம் கூடக்கூட அத்தகைய நிறுவனங்களின் எண்ணிக்கை குறைந்து போகிறது. இவை தவிர பிற நிறுவனங்கள் திவாலாகி முழுமையாக மூடப்படுகின்றன அல்லது மிகப் பெரிய நிறுவனங்களால் விழுங்கப்படுகின்றன. "ஒரு முதலாளி பல முதலாளிகளைக் கொல்கிறான்." இவ்வாறு ஒவ்வொரு தொழிற்பிரிவிலும் தனித்தனியான நிறுவனங்களின் எண்ணிக்கை தொடர்ந்து சரிகிறது: குறிப்பிட்ட தொழில்துறையில் கூடுதலாகவோ அல்லது குறைவாகவோ மேலாதிக்கம் செலுத்துகிற பெருங்குழுமங்கள் உருவாகின்றன. ஆக, முதலாளித்துவ போட்டியிலிருந்து அதற்கு நேரெதிரான முதலாளித்துவ ஏகபோகம் பிறக்கிறது. இது வெளிக்கொணர்கிற புதிய பண்புக்கூறுகள் அடுத்த அத்தியாயத்தில் விவரிக்கப்படுகின்றன.

❐

பகுதி-4

முதலாளித்துவத்தின் ஏகாதிபத்திய கட்டம்

ஏகாதிபத்தியம் என்பது ஒரு விரிவாக்க கொள்கை என்றும் அல்லது ஒரு பேரரசை உருவாக்கும் பொருட்டு வளர்ச்சி குன்றிய நாடுகளை வெற்றிக்கொள்ளும் கொள்கை என்றும் பொதுவாகச் சொல்லப்படுகிறது. எவ்வளவு நாடுகளில் முடியுமோ அவ்வளவு நாடுகளின் மீது தன் நாட்டின் கொடி பறக்க வேண்டுமென்ற கருத்தியல் ஆசையைக் காட்டிலும் ஆழமான ஒன்றை இக்கொள்கையில் காண வேண்டுமென்றால், விரிவாக்க கொள்கைக்கு ஒரு பொருளாதாரக் காரணம் உள்ளது என்பதை ஏற்றுக்கொள்ள வேண்டும். உதாரணமாக, சந்தைக்கான தேடல் அல்லது உணவு மற்றும் கச்சாப் பொருட்களுக்கான தேடல் அல்லது நெரிசல் மிகுந்த தன் நாட்டின் மக்களுக்கான பூமி தேடல் என்பது ஒரு காரணம் என்று சிலசமயம் சொல்லப்படுகிறது.

ஆழமான பார்வையோடு இக்காரணங்களை ஒன்றிணைத்து எடுத்துக் கொள்ளாவிடில் இவையேதும் பொருத்தமானதாக இருக்காது. அந்நிய நாடுகள் நல்ல சந்தையாக இருக்கலாம்; இங்கிலாந்து பெரிய பேரரசாக இருப்பினும் அதன் வணிகம் அந்நிய நாடுகளிலும் நடக்கிறது.

கச்சாப் பொருட்களையும் உணவு தானியங்களையும் எப்போதும் அயல் நாடுகளிலிடமிருந்து பெற்றுக் கொள்ளலாம்; விற்பனையாகாத உபரி பொருட்கள் எப்போதும் பெருந்தவிப்போடு சந்தையைத் தேடும். குடியேற்றத்திற்கான பூமி என்று வருகிறபோது, ஐரோப்பாவிலிருந்து புலம் பெயர்ந்து வருவோருக்கு காலனி நாடுகளின் பெருவாரியான பரப்பு குடியேற்றத்திற்கு ஏற்றதாக இல்லை; ஏற்றதாக இருக்கும் இடங்களில் கிடைக்கும் வாழ்வாதாரங்கள், ஐரோப்பியர்களுக்கு சில அந்நிய தேசங்களில் கிடைக்கும் அளவிற்குக் கிடைப்பதில்லை. ஆக, சில சமயங்களில் விரிவாக்கம் குறித்து, வன்முறையை விரும்பாதோரும் வேறு சிலரும் சிந்திக்காமல் மீண்டும் மீண்டும் சொல்கிற பாசிச வாதங்களில் உண்மையில் அடிப்படை ஏதும் இல்லை.

முதன்முதலாக நவீன ஏகாதிபத்தியம் குறித்த மார்க்சீய ஆய்வைத் தந்தவர் மாமேதை லெனின். சரக்கு ஏற்றுமதி

என்பதிலிருந்து வேறுபட்டு மூலதனத்தை ஏற்றுமதி செய்தது என்பது ஏகாதிபத்தியத்தின் முக்கியமான குணாம்சங்களில் ஒன்று. முதலாளித்துவத்தில் ஏற்பட்ட சில மாற்றங்களின் விளைவே இதற்கான காரணம் என்று லெனின் எடுத்துக்காட்டினார். ஏகாதிபத்தியம் என்பது முதலாளித்துவத்தின் வளர்ச்சிப் போக்கில் ஒரு கட்டம் - முக்கிய முதலாளித்துவ நாடுகளில் ஏகபோகம் பெருமளவில் வளர்ந்து நிற்கும் கட்டம் என்றும் அவர் விவரித்தார்.

தொழில் முதலாளித்துவத்தின் தொடக்க காலத்தில் ஆலைகள், சுரங்கங்கள் மற்றும் பிற நிறுவனங்கள் சிறு அளவிலானதாக இருந்தன. தொழிற்சாலை அல்லது சுரங்கம் தொடங்குவதற்குத் தேவைப்படும் சிறு மூலதனத்தைத் தரக்கூடிய ஒரு குடும்பக் குழுவிற்கோ அல்லது பங்குதாரர்களைக் கொண்ட ஒரு குழுவிற்கோ அவை சொந்தமாக இருந்தன என்பது ஒரு விதியாக இருந்தது. எனினும் தொழில்நுட்பம் வளர வளர கூடுதல் மூலதனம் தேவைப்பட்டது. மறுபுறம், கைவினை உற்பத்தியை அழித்தவாறு உருவான தொழிற்சாலை உற்பத்தி பொருட்களுக்கான சந்தை, முதலில் இங்கிலாந்திலும் பின்னர் பிற நாடுகளிலும், நிலையாக விரிவடைந்தது. எனவே தொழில் நிறுவனங்கள், அளவில், வேகமாக வளர்ந்தன. இருப்புப்பாதைகள் மற்றும் நீராவிக்கப்பல்கள், இரும்பு பின்னர் எஃகு ஆகியவற்றின் கண்டுபிடிப்போடு மிகப்பெரிய நிறுவனங்களைக் கொண்ட தொழில்துறை வளர்ச்சி கண்டது. தொழிற்துறை எதுவானாலும் சரி, பெரும் நிறுவனங்களே இயங்குவதற்குப் பொருளாதார ரீதியில் ஏற்றவையாகவும், மிகுந்த லாபம் தருவனவாகவும் மற்றும் வேகமாக விரிவடையக் கூடியதாகவும் இருந்தன. போட்டியில் தாக்குப்பிடிக்க முடியாமல் பல சிறு நிறுவனங்கள் மூடப்பட்டன அல்லது கூடுதல் வலுமிக்க எதிரிகளால் விழுங்கப்பட்டன.

இவ்வாறு ஓர் இரட்டை நிகழ்வுமுறை நடைபெற்றது; உற்பத்தி மேலும் மேலும் பெரும் நிறுவனங்களிடம் மையப்படுத்தப்பட்டது; சிறிய அளவிலான மிகப்பெரும் செல்வந்தர்களின் கட்டுப்பாட்டிலிருந்த உற்பத்தியின் விகிதம் நிலையாக வளர்ந்துவந்தது.

மார்க்ஸ் அவர் காலத்திலேயே இருந்த இந்த நிகழ்முறையை அறிந்திருந்தார். தொழில்நுட்பம் மையப்படுவது கூடுகிறது - அதாவது பெரும் நிறுவனங்களிடம் உற்பத்தி மையப்படுகிறது - என்பதை கவனத்தில் கொள்ள அறைகூவல் விடுத்தார். அடுத்து, மூலதனம் மேலும் மேலும் சிறு அளவிலான தனிநபர்களிடம்,

சொந்தமாகவோ அல்லது கட்டுப்பாட்டிலோ மையப்படுகிறது என்பதை கவனத்தில் கொள்ள அழைப்பு விடுத்தார். சுதந்திரமான போட்டி என்பதற்கு மாற்றாக ஏகபோகம் அமையும் என்பது இதன் தவிர்க்க முடியாத விளைவாக இருக்கும் என்றும் முதலாளித்துவத்தின் உள்ளுறைத் தடைகள் யாவும் இதன் மூலம் கூர்மையாக வெளிப்படும் என்றும் மார்க்ஸ் கண்டுணர்ந்தார்.

இந்த நூற்றாண்டின் தொடக்கத்தில், பல தொழில்களில் ஏற்கெனவே பெருமளவில் ஏகபோகம் வளர்ந்திருப்பதை, பொருளாதார எழுத்தாளர்கள் (குறிப்பாக இங்கிலாந்தின் J.A. Hobson) குறிப்பிட்டார்கள். போரின் போது லெனின் ('ஏகாதிபத்தியம்: முதலாளித்துவத்தின் உச்சக் கட்டம்' என்ற நூலில் ஏகபோகங்கள் குறித்து ஏற்கெனவே அறிந்திருந்த பல்வேறு உண்மைகளைத் தொகுத்ததோடு, ஏகபோகத்தின் அரசியல், சமூக மற்றும் பொருளாதார இயல்புகளில் கவனம் செலுத்தினார். மார்க்சின் மறைவிற்குப் பின் ஏற்பட்ட வளர்ச்சிப் போக்கின் அடிப்படையில் மார்க்ஸ் கண்டடைந்த முடிவுகளை விரிவுபடுத்தவும் மேம்படுத்தவும் லெனினால் முடிந்தது. 1900 வாக்கில் முதலாளித்துவம் ஏகாதிபத்தியமாக வளர்ச்சி பெற்றதாகக் கருதிய லெனின் ஏகாதிபத்தியத்தின் ஐந்து பொருளாதார இயல்புகளைச் சுட்டிக்காட்டினார்.

(1) உலகப் பொருளாதாரத்தில் மிக முக்கிய பங்காற்றிய ஏகபோகங்களை உருவாக்கும் அளவிற்கு மையப்படுத்தப்பட்ட உற்பத்தியும் மூலதன குவியலும் வளர்ந்துள்ளன.

ஒவ்வொரு முன்னேறிய முதலாளித்துவ நாடுகளிலும், அதிலும் குறிப்பாக ஜெர்மனி மற்றும் அமெரிக்காவிலும் இது நடந்துள்ளது. இந்நிகழ்முறை வளர் விகிதத்தில் தொடர்ந்தது; பிரித்தானிய ஏகபோகங்களைப் பொறுத்தவரை உலகப்போருக்குப் பின்னர் இது மிகப் பெரிய அளவில் விரிவடைந்தது. ஏறக்குறைய நூறு மில்லியன் பவுண்டு (இங்கிலாந்து பணம்) மூலதனம் கொண்ட லண்டன் போக்குவரத்து வாரியமும் (London Transport Board), இம்பீரியல் கெமிக்கல் தொழிற்சாலையும் (Imperial Chemical Industries) மற்றும் யுனிலிவர் (Unilever) நிறுவனமும் இதற்கு மிகச்சிறந்த உதாரணங்களாகும். (லண்டன் போக்குவரத்து வாரியம் அல்லது அதைப் போன்ற 'பொதுத்துறை' நிறுவனங்கள் தனிப்பட்ட முதலாளிகளின் உடைமைகளாக இருந்தன. எனவே அவற்றை மார்க்சிஸ்ட்கள் சோசலிச வரையறைக்குள் சேர்ப்பதில்லை.

அவை பாராளுமன்றத்தின் ஆதரவு பெற்ற ஏகபோகங்கள், அவ்வளவுதான். ஒவ்வொரு தொழிலும் மொத்த வணிகத்தின் பெரும் பகுதி ஒரு சில பெரிய நிறுவனங்களின் கைகளில் இருந்தன. இந்நிறுவனங்கள் விலை நிர்ணயம், ஒதுக்கீடு மற்றும் பிறவற்றில் உடன்பாடுகள் செய்து கொள்வதன் மூலம் தங்களுக்குள் இணைப்பை ஏற்படுத்திக்கொண்டு இணைந்த ஏகபோகமாக செயல்படுவது வழக்கம்.

(2) தொழில் மூலதனத்தோடு வங்கி மூலதனம் ஒன்றுசேர நிதி மூலதனம் உருவானது. ஒவ்வொரு நாடும் நிதிமூலதனத்தால் ஆளப்பட்டன.

இங்கு விளக்கம் தேவைப்படுகிறது. தொடக்க காலத்தில் வங்கி முதலாளிகளிடமிருந்து தொழில் முதலாளிகள் வேறுபட்டு இருந்தனர். வங்கி முதலாளிகள் தொழில்நிறுவனங்களுக்கு கடன் தந்து, லாபத்தில் ஒரு பங்கை வட்டியாகப் பெற்றுக் கொண்டனர். இருந்த போதும் அவர்கள் அந்நிறுவனங்கள் மீது மிகுந்த ஈடுபாடு கொண்டிருக்கவில்லை. ஆனால், தொழில் நிறுவனங்கள் பெரும் வளர்ச்சியும் பங்கு நிறுவனங்கள் பரந்துபட்ட வளர்ச்சியும் பெற்ற சூழலில் வங்கி முதலாளிகள் தொழில் நிறுவனங்களின் பங்குகளை வாங்கினர். அதுபோல பெரும் பணம்படைத்த தொழில் நிறுவன முதலாளிகள் வங்கிகளின் பங்கை வாங்கினர். ஆக, மிகுந்த செல்வம் படைத்த முதலாளிகள் தொடக்கத்தில் வங்கி முதலாளிகளாகவோ அல்லது தொழில் முதலாளிகளாகவோ தொடங்கி பின்னர் வங்கியாளர்- தொழிலதிபர்களாக *(Banker - Industrialists)* மாறினர். முதலாளித்துவ நடைமுறைகள் இவ்வாறு ஒரே குழுவிற்குள் சங்கமிக்க அவர்களின் வலிமை பன்மடங்குப் பெருகியது. (குறிப்பாக இங்கிலாந்தில் மிகப்பெரிய நிலப்பிரபுக்கள் இக்குழுவோடு இணைந்து கொண்டனர்.) இவ்வகையில் ஒரு தொழில் நிறுவனத்தோடு இணைக்கப்பட்ட வங்கி அந்நிறுவனத்திற்குக் கடன் கொடுத்ததோடு மட்டுமல்லாமல் அதனோடு வணிகம் செய்ய வேண்டும் என்ற நிபந்தனையின் பேரில் பிற நிறுவனங்களுக்குக் கடன் வழங்கியது. இவ்வாறு நிதி மூலதனக் குழு மிக வேகமாகத் தன்னுடைய செல்வத்தை வளர்த்துக்கொண்டது; மேலும் அடுத்தடுத்து ஒவ்வொரு தொழிலும் தன் ஏகபோகக் கட்டுப்பாட்டையும் வளர்த்துக் கொண்டது; அரசாங்கத்திடம் அதன் குரல் கூடுதல் கவனத்தைப் பெற்றது என்பதை சொல்ல வேண்டியதில்லை. வங்கிகளின் இயக்குநர்கள் கூடுதல் எண்ணிக்கையில் பிற நிறுவனங்களின் இயக்குநர்களாகும்

போக்கு வளர்ச்சி கண்டது. இது, வங்கிகளும் தொழில் நிறுவனங்களும் ஒன்றோடொன்று இணைந்து கொண்டன என்பதற்குச் சிறந்த உதாரணமாகும். தொழில் நிறுவனங்களை வங்கிகள் சொந்தமாக்கிக் கொண்டன என்பதல்ல இதன் பொருள்; வங்கித்துறையில் அதிகாரம் மிக்கவர்களே தொழில் மற்றும் வணிகத் துறையிலும் அதிகாரம் படைத்தவர்களாக இருந்தனர் - இந்த பணக்காரக் கூட்டத்தின் மூலதனமே பிரித்தானிய முதலாளித்துவம் முழுவதும் பாய்ந்தது - என்பதே இதன் பொருள். பின்னாளில் ‘பெரிய ஐவராக’ (Big Five) உருமாறிய வங்கிகளின் இயக்குநர்களும் மற்றும் இங்கிலாந்து வங்கியும் (Bank of England) 1870இல் 157 நிறுவனங்களின் இயக்குநர் பதவிகளைப் பெற்றிருந்தனர்; இந்த எண்ணிக்கை 1913இல் 329 ஆகவும், 1939இல் 1,150 ஆகவும் இருந்தது. சிறு நிறுவனங்கள் பலவற்றை விழுங்கிய லண்டன் போக்குவரத்து (London Transport) மற்றும் I.C.I போன்ற நிறுவனங்களும் 1939க்கான எண்ணிக்கையில் அடங்கும் என்ற உண்மை மேற்சொன்ன எண்ணிக்கைகளின் முழு சக்தி மிகக் கூடுதல் என்பதை உணர்த்தும்.

(3) சரக்கு ஏற்றுமதியிலிருந்து மாறுபட்ட நிதி மூலதன ஏற்றுமதியின் முக்கியத்துவம் வளர்ந்தது.

முதலாளித்துவத்தின் தொடக்க காலத்தில், பிரித்தான் (Britain) பிற நாடுகளுக்கு துணி மற்றும் பிற உற்பத்தி பொருட்களை ஏற்றுமதி செய்து அதன் மூலம் கிடைத்த வருமானத்தில் உள்ளூர் உற்பத்திப் பொருட்களை வாங்கியது. ஆக, தன் உற்பத்தி பொருட்களுக்கு மாற்றாக தன் தொழில்துறைக்குத் தேவையான கச்சாப் பொருட்களையும் உணவையும் பண்டமாற்றம் செய்து கொண்டது. ஆனால், சென்ற நூற்றாண்டின் இறுதி ஐம்பதாண்டுகளில், குறிப்பாக நூற்றாண்டின் இறுதிப் பகுதியில், நிதி மூலதனம், மூலதன ஏற்றுமதியில் மேலும் மேலும் அக்கறை கொண்டது; இதன் நோக்கம் பண்டமாற்று வணிகமல்ல, மாறாக, அம்மூலதனத்தின் மீது ஆண்டுகள் கணக்கில் வட்டி பெற வேண்டும் என்பதே நோக்கம். அத்தகைய மூலதன ஏற்றுமதி - அயல்நாடுகளுக்கும் அந்நிய நாட்டு நிறுவனங்களுக்கும் கடன் வழங்குவது அல்லது பிரித்தனின் வசமுள்ள இருப்புப்பாதை மற்றும் துறைமுகப் பணிகள் அல்லது சுரங்கங்களுக்கு நிதி அளிப்பது - வங்கிகளோடு இணைந்துள்ள தொழில் நிறுவனங்களோடு வணிகம் செய்ய வேண்டுமென்ற நிபந்தனையின் பேரில்தான் வழக்கமாக நடந்தது. இங்ஙனம் நிதி மூலதனத்தின்

இரு சிறகுகளும் இணைந்து பணியாற்றி இரண்டும் கொள்ளை லாபம் கண்டன; போட்டியாளர்களை களத்தை விட்டு விரட்டின.

(4) முதலாளிகளின் சர்வதேச ஏகபோக குழுக்கள் உருவாகின; அவை உலகை தங்களுக்குள் பங்கு போட்டுக்கொண்டன.

இது எஃகு, எண்ணெய் மற்றும் பல தொழில்களில் நடந்தது; பல நாடுகளிலிருந்த ஏகபோகக் குழுக்கள் ஒட்டுமொத்த அயல்நாட்டு வணிகத்தில் அவை ஒவ்வொன்றிற்கும் என்ன பங்கு இருக்க வேண்டும் என்பதை தங்களுக்குள் முடிவு செய்து கொண்டார்கள். குறிப்பிட்ட சந்தைகள் பல நேரங்களில் அவை ஒவ்வொன்றிற்கும் ஒதுக்கப்பட்டன; நிர்ணயிக்கப்பட்ட விலைகள் ஒப்புக்கொள்ளப்பட்டன. இந்த ஒப்பந்தங்களின் பலவீனங்கள் பிற்பகுதியில் விளக்கப்பட்டுள்ளன.

(5) பெரும் வல்லரசுகளால் நாடுகளைப் பங்கிட்டுக் கொள்வது முழுமை பெற்றது. (1876இல் பதினோரு சதவீத ஆப்பிரிக்க நாடுகள் ஐரோப்பிய வல்லரசுகளின் வசம் இருந்தன. ஆனால், அதுவே 1900இல் 90 சதவீதமாக மாறிப்போனது.

இதன் முக்கியத்துவம் என்ன? தற்காத்துக் கொள்ள முடியாத சிலபல நாடுகளை எளிதாக ஆக்கிரமித்துக் கொள்ளும் செயல் மேற்கொண்டு தொடரமுடியவில்லை. செல்வம் படைத்த நாடுகளைச் சார்ந்த நிதி மூலதனக் குழுக்கள், ஒன்றையொன்று வீழ்த்தாமல் தங்கள் கட்டுப்பாட்டிலுள்ள எல்லைகளை விரிவாக்க முடியவில்லை - அதாவது, வாகை சூடும் நாடுகளுக்குச் சாதகமாக உலகை மறுபங்கீடு செய்வது என்பது மிகப் பெரிய போர்களால் மட்டுமே சாத்தியம்.

இது குறித்து லெனின் சொன்ன கருத்துகளில் ஒன்று இன்றைக்கு முக்கியத்துவம் பெறுகிறது. ஏகாதிபத்திய நாடுகளின் விரிவாக்கத்திற்கான செயல்பாடுகள் காலனி நாடுகளைக் குறிவைத்தே இருந்தன என்று பொதுவாகப் பார்க்கப்பட்டது. ஆனால், அப்படி தான் இருக்க வேண்டிய அவசியமில்லை என்று லெனின் குறிப்பிட்டார்; அது பொதுவானதாகவும் மற்றும் சரியான சூழலில் பிற ஐரோப்பிய நாடுகளுக்கு எதிரானதாகவும் இருக்கும். ஜெர்மனி மற்றும் இத்தாலியின் இன்றைய பாசிச செயல்பாடுகள் இதற்கான மிகச் சரியான உதாரணமாகும்.

இந்த ஆய்வு மிகச் சரியானது என்பதை கடந்த 25 ஆண்டுகால அனுபவம் உறுதி செய்கிறது. ‘முதலாளித்துவத்தின் ஏகாதிபத்திய கட்டம் அதனோடு பொருளாதார நெருக்கடி, உலகளவிலான போர் என்பதை ஒரு புறம் கொண்டு வந்தது; மறுபுறம் பாட்டாளி

வர்க்கத்தின் புரட்சிகளையும் ஏகாதிபத்தியங்களின் சுரண்டலை எதிர்த்த காலனி மற்றும் அரைக் காலனி நாடுகளிலிருந்த ஒடுக்கப்பட்ட மக்களின் கலகங்களையும் கொண்டு வந்தது' என்ற முடிவிற்கு இந்த முழுமையான ஆய்வின் அடிப்படையில் லெனின் வந்தார்.

சிறிய குழுக்களின் கைகளில் மூலதனம் குவிவது என்பது, பல்வேறு நாடுகளின் கொள்கை, இச்சிறு குழுக்களின் நலனைச் சார்ந்ததாக மாறும் வகையில், இக்குழுக்கள் அரசு இயந்திரங்களின் மீது மேலும் மேலும் அதிகாரம் பெற்றன என்றும் பொருள் தருகிறது. சுங்கவரி, ஒதுக்கீடு மற்றும் பிற அரசு நடவடிக்கைகளோடு இறுதிக்கட்ட நடவடிக்கையாக போர் ஆகியவற்றின் மூலம் ஒவ்வொரு நாட்டிலுமுள்ள நிதி மூலதன குழு, தங்களின் அந்நிய எதிரியோடு மோதுவதை இக்காரணி சாத்தியமாக்குகிறது.

எதிரெதிர் குழுக்களுக்கிடையிலான இம்மோதலை ஏன் தவிர்க்க முடிவதில்லை? உலகை தங்களுக்குள் பங்குபோட்டுக் கொள்வதில் அவர்களுக்குள் ஏன் உடன்பாடு வர இயலவில்லை?

பல்வேறு நாடுகளிலுள்ள ஏகபோகக் குழுக்கள் உலக சந்தையை தங்களுக்குள் பங்கு போட்டுக்கொள்ள ஒப்பந்தம் செய்து கொள்கின்றன என்று மேலே குறிப்பிட்டிருந்தோம். இது போட்டி முற்றிலும் நீக்கப்படுவதை நோக்கி இட்டுச் செல்லும் என்ற தோற்றத்தையும் அக்குழுக்களின் நலன்கள் யாவும் சர்வதேச அளவில் ஒன்றிணையும் என்ற தோற்றத்தையும் தரும் என்று கருதலாம். ஆனால், அவர்களுக்கு இடையில் நிரந்தரமான ஒப்பந்தம் ஒருபோதும் ஏற்படாது என்று காட்டுகிற ஆதாரங்களை லெனின் வெளிக்கொணர்ந்தார். சந்தையை தங்களுக்குள் பிரித்துக் கொள்வதற்காக வெவ்வேறு குழுக்கள்-உதாரணமாக பிரிட்டன், பிரான்சு, ஜெர்மனி மற்றும் அமெரிக்கா என்று வைத்துக் கொள்வோம் - 1905இல் ஓர் ஒப்பந்தம் செய்து கொண்டன; அக்குழுக்களுக்கு அன்றைக்கு இருந்த உற்பத்தி சக்தியின் விகிதாச்சார அடிப்படையில் அந்த ஒப்பந்தம் போடப்பட்டது. எனினும் அசமத்துவ வளர்ச்சி என்பது மூலதன வளர்ச்சியின் விதி. அந்த ஒப்பந்தம் போடப்பட்ட சில ஆண்டுகளில் ஜெர்மன் குழு அல்லது அமெரிக்கக் குழு அல்லது வேறொரு குழுவின் உற்பத்தி சக்தி வளர்ந்திருக்கும். இதனால் அக்குழுவிற்கு முந்தைய பங்கு ஒதுக்கீட்டில் அதிருப்தி ஏற்பட, அது ஒப்பந்தத்தை நிராகரிக்கும். பிற குழுக்கள் இதற்கு உடனடியாக ஒத்துவராத சூழலில் சந்தைக்கான புதிய முன்னிலும் கடுமையான மோதல் தொடங்கும்.

உண்மையில் இதுவே இத்தகு ஒப்பந்தங்கள் அனைத்தின் தலைவிதியாகும். அசமத்துவ வளர்ச்சி விதி தனிப்பட்ட தொழில் குழுக்களுக்கு மட்டுமல்லாது வெவ்வேறு நாடுகளின் மூலதனம் முழுமைக்கும் பொருந்தும். எனவே பொருளாதார ஒப்பந்தங்கள் என்பது வெவ்வேறு நாடுகளின் நிதி மூலதனக் குழுக்களுக்கு இடையில் தொடர்ந்து நடைபெறும் வணிக போர்களின் போது ஏற்படும் தற்காலிக போர் நிறுத்த ஒப்பந்தங்களாகும்.

பொருளாதார போரே தீர்வைத் தந்துவிடாது. எனவே நிதிமூலதன குழுக்கள் தத்தம் நாட்டு அரசு இயந்திரங்களின் நடவடிக்கைகள் மூலம் தங்கள் எதிரிகளுக்கு எதிராக சுங்கவரித் தடைகளை ஏற்படுத்துகின்றன; இறக்குமதி ஒதுக்கீட்டை நிர்ணயிக்கின்றன; பிற நாடுகளோடு ‘முன்னுரிமை வர்த்தக ஒப்பந்தங்களை ஏற்பாடு செய்ய முயற்சிக்கின்றன; தங்கள் ஏகபோகத்தின் எல்லை விரிவடைய கடுமையாக செயல்படுகின்றன; தங்கள் எதிரிகளைக் காட்டிலும் தற்காலிகமேனும் ஒரு மேன்மையைத் தரவல்ல போர்களில் வெற்றி பெறத் தேவைப்படும் ஆயுதப் பெருக்கத்திற்கும் கடுமையாக முயல்கின்றன.

ஒவ்வொரு நாட்டிலுமுள்ள நிதிமூலதனக் குழுக்களின் கையில் செல்வம் மையப்பட்டுக் குவிவதன் விளைவாக பெரும் வல்லரசுகளுக்கிடையில் மிகப்பெரிய போர் ஏற்படுகிறது. தோற்றத்தில் முழுக்க முழுக்க ஒரு பொருளாதார நிகழ்முறையாகத் தெரிகிற ஒன்று - உற்பத்தியும் மூலதனமும் மையப்படுத்தப்படுவது- சமூக அழிவைத் தரும் போருக்கு இட்டுச் செல்கிறது. முதலாளித்துவ வளர்ச்சி விதி விளைவிக்கிற சமூக அழிவு இதுமட்டுமல்ல. உற்பத்தி சக்தியின் பெரும் வளர்ச்சியும், ஏகபோகக் குழுக்களுக்கு இடையிலான போட்டியும் இணைந்து முதலாளித்துவத்தின் பொதுவான நெருக்கடிக்கு இட்டுச் செல்கின்றன. போர் நீங்கலாக வேறெப்போதும் உற்பத்தி சக்திகள் முழுமையாகப் பயன்படுத்தப்படுவதில்லை. உச்ச ஏற்றம் கண்ட காலங்களில்கூட பெருமளவு இயந்திரங்களும் நிலங்களும் பயன்படுத்தியதில்லை, லட்சக்கணக்கான தொழிலாளிகளுக்கு வேலையில்லை. ஒப்பீட்டளவில் மிகச் சிறியதான குழுவின் கையில் குவியும் மூலதனம் உற்பத்திக்கு நிரந்தரமான பின்னடைவைத் தரும் நிலைக்கு அழைத்துச் செல்கிறது; ஒரு கட்டத்தில் மனிதகுலம் தனது உற்பத்தி சக்தியை வளர்த்துக்கொள்வதற்குத் துணை நின்ற தனியார் மூலதனம் இப்போது மேற்கொண்டு வளர்வதற்குத் தடையாக செயல்படுகிறது.

வேறு சமூக விளைவுகளும் ஏற்படுகின்றன. பகைமை ஏகாதிபத்திய குழுக்களுக்கு இடையிலான போட்டிச் சண்டையில் தொழிலாளிகளின் நிலைமை மேலும் மோசமடைகிறது. தொழில்நுட்பமாதலோடு - தொழிலாளிகளின் எண்ணிக்கையைக் குறைக்க உதவும் இயந்திரமயமாதல் - உற்பத்தியின் வேகம் கூடுகிறது. போருக்கான ஆயுதங்கள் மற்றும் பிற தேவைகள் சமூக சேவைகளின் வளர்ச்சியை தடுக்கிறது அல்லது குறைக்கிறது. வேலையின்மையும் மற்றும் தகுதிக்கேற்ற வேலை இல்லாமையும் எங்கும் பரவுகின்றன. ஒவ்வொரு ஏற்றத்தையும் தொடர்ந்து தவிர்க்க இயலாமல் வருகிற பொருளாதார நெருக்கடி கூலியைக் குறைப்பதற்கான சந்தர்ப்பத்தை உருவாக்குகிறது. எனவே வர்க்கப் போராட்டம் மேலும் கூர்மையடைகிறது; தொழிலாளி வர்க்கப் புரட்சி நனவாகிறது.

முதலாளித்துவத்தின் ஏகாதிபத்தியக் கட்டத்தின் வேறொரு இயல்பை தன்னுடைய ஆய்வின் மூலம் லெனின் வெளிக்கொணர்ந்தார். பின்தங்கிய மக்களை சுரண்டிக் கிடைக்கிற சராசரி லாபத்தைக் காட்டிலும் கூடுதல் லாபத்தை ஏகாதிபத்திய நாடுகளிலுள்ள ஏகபோகக் குழுக்களால் பெற முடிகிறது. பழங்கால உற்பத்தி முறையைக் கையாளும் இம்மக்களின் வாழ்க்கைத்தரம் குறைவாக இருப்பதுவும் இதற்கான ஒரு காரணம்; கொடூரமிக்க ஆட்சியாளர்களும் முதலாளிகளும் அவர்கள் மீது திணிக்கிற கடுமையான நிபந்தனைகளும் ஒரு காரணம்; இயந்திர தொழில் உற்பத்தி பொருட்களுக்கு மிகமிக அதிக பண்டமாற்று விகிதத்தில் கைவினைப் பொருட்களை மாற்றிக் கொள்ளமுடியும் என்பதும் இதற்கு ஒரு காரணம். இங்கு குறிப்பிடப்படுவது பணமல்ல, உண்மையான சரக்குகள். எந்த ஒரு பொருளின் பரிவர்த்தனை மதிப்பும் அப்பொருள் உற்பத்திக்கான சராசரி சமூக உழைப்பு என்பதை நினைவில் கொள்ளவேண்டும். ஒரு கஜம் துணியை இயந்திரம் மூலம் உற்பத்தி செய்யத் தேவைப்படும் சராசரி சமூக (இங்கிலாந்து என்று வைத்துக் கொள்வோம்) உழைப்பு நேரம் அதே ஒரு கஜம் துணியை கைத்தறி மூலம் உற்பத்தி செய்யத் தேவைப்படும் நேரத்தில் இரு நூறில் ஒரு பங்காகவே இருக்கும். ஆனால், அந்த ஆலைத் துணி இந்தியாவிற்குள் வருகிற போது இங்கிலாந்தில் அதற்குரிய மதிப்பைக் காட்டிலும் மிகக் கூடுதல் மதிப்பிற்கு பரிவர்த்தனை செய்யப்படுகிறது. இந்த உயர் மதிப்பிற்கு இணையான கச்சாப் பொருட்களும் இந்திய உற்பத்தி பொருட்களும் இங்கிலாந்திற்குக் கொண்டு வந்து விற்கப்படும்

பொழுது, அந்த ஒரு கஜம் துணியை இங்கிலாந்தில் விற்கிற போது கிடைக்கிற லாபத்தைவிட கூடுதல் லாபம் கிடைக்கிறது. இத்தகைய கூடுதல் லாபம் என்பது துணி பரிவர்த்தனைக்கு மட்டுமல்ல அது போன்ற அனைத்துப் பரிவர்த்தனைகளுக்கும் பொருந்தும்.

தொழிலாளர் இயக்கத்தைப் பொறுத்தவரை காலனி நாட்டு மக்களைச் சுரண்டுவதால் விளைந்த இந்த கூடுதல் லாபம் மிகுந்த முக்கியத்துவம் பெறுகிறது. இயந்திர உற்பத்தி பொருட்களை உலகெங்கும் விற்பதில் பிரித்தானிய முதலாளி வர்க்கம் முன்னணியில் இருந்தது. இதன் விளைவாக, அவ்வர்க்கத்தால் பிரித்தானிய தொழிலாளி வர்க்கம் கொடுத்த அழுத்தத்தை ஏற்று, திறன்பயிற்சி பெற்ற மேல்தட்டுத் தொழிலாளர்களுக்குக் கூடுதல் நலன் வழங்க முடிந்தது. இவ்வாறு திறன்பயிற்சி பெற்ற பொறியாளர்கள் மற்றும் பஞ்சாலைத் தொழிலாளர்களில் ஒரு பகுதியினர் பிற நாட்டு தொழிலாளிகளைக் காட்டிலும் உயர்தரமான வாழ்நிலையைப் பெற்றனர். இதனால் அவர்கள் காலனி நாடுகளில் முதலாளித்துவம் நடத்திய சுரண்டலோடு தங்கள் நலனை அடையாளப்படுத்திக் கொண்டனர். தொழில் உற்பத்தியில் முன்னேறிய ஒவ்வொரு நாடுகளிலும் இது நடைபெற்றது; முன்னுரிமை பெற்ற மேல்தட்டு தொழிலாளர்கள், குறிப்பாக அப்பகுதியினரின் தலைவர்கள், சந்தர்ப்பவாதிகளாக மாறும் போக்கு இருந்தது; நாட்டின் பெருமளவு தொழிலாளர்களின் நலன்களைப் புறந்தள்ளி விட்டு அந்த தலைவர்கள் தங்கள் பகுதியினரின் சார்பாக முதலாளிகளோடு இணைந்து கொண்டனர். ஏகாதிபத்திய காலகட்டம் வளர்ச்சியடைய அடைய தொழிலாளிகள் மற்றும் சோசலிச இயக்கத்தின் தலைமைப் பகுதி தங்கள் நாட்டின் நிதி மூலதன குழுக்களின் ஏகாதிபத்திய கொள்கையோடு நெருக்கமாக இணைந்து கொண்டது. இது உலகப் போரின் போது வெளிப்படையாகத் தெரிந்தது; அச்சமயம் தொழிலாளி இயக்கத்தின் அதிகாரப்பூர்வத் தலைமை உலகெங்கும் (மார்க்சிஸ்ட்களாக போல்ஷ்விக்குகள் இருந்த ரஷ்யா நீங்கலாக) ஏகாதிபத்திய போரோடு தங்களை இணைத்துக்கொண்டன.

ஆளும் வர்க்கத்தின் நலன்களோடு தங்கள் நலன்களை அடையாளப்படுத்திக் கொண்டதன் விளைவாக வர்க்கப் போராட்டத்தை புறந்தள்ளிய இத்தகைய சந்தர்ப்பவாத பார்வை பல நாடுகளில் சோசலிச இயக்கம் மார்க்சிய நிலைப்பாட்டை கைவிடுவதற்கான அடிப்படையாக இருக்கிறது; அதுபோல,

மார்க்சியப் பார்வையை இறுகப் பற்றியிருந்த கம்யூனிஸ்ட் கட்சி மீது அவ்வியக்கம் காட்டிய பகைமை உணர்விற்கும் இதுவே அடிப்படை.

ஏகாதிபத்திய காலகட்டத்தில் காலனி ஆதிக்கத்திற்கு எதிரான விடுதலைப் போராட்டம் மேலும் உறுதிபெறுவதோடு பரவவும் செய்கிறது. காலனி ஆதிக்கத்தின் வெற்றியும் முதலாளித்துவ ஊடுருவலும் முந்தைய உற்பத்தி வடிவத்தை உடைப்பதோடு பெருவாரியான மக்களுடைய வாழ்வாதாரத்தின் அடிப்படையை அழிக்கிறது. லங்காஷையர் ஆலைகளோடு ஏற்பட்ட போட்டி இந்தியன் கைத்தறித் தொழிலாளிகளின் வாழ்வாதாரத்தை அழித்து அவர்களை விவசாயத்தை நோக்கி திருப்பி அனுப்பியது. ஏகாதிபத்திய காலகட்டம் மக்கள் மீது இரு காரணங்களுக்காக - ஒன்று கடனுக்கான வட்டியைக் கட்டுவதற்கும், மற்றொன்று ஏகாதிபத்திய ஆட்சியின் குடிமை மற்றும் இராணுவம் ஆகிய அரசு இயந்திரங்களைப் பேணுவதற்கும் - வரிச்சுமையைக் கூட்டுகிறது. மக்கள் மீதான இந்த இரட்டை அழுத்தம் மற்றும் முதலாளித்துவத்தின் பொதுவான நெருக்கடியின் போது காலனிய உற்பத்திப் பொருட்களின் விலைக்குறைப்பைத் திணிக்கும் செயல் ஆகியவற்றின் விளைவாக வறுமையும் பஞ்சமும் விவசாயிகளின் நிலையான போராட்டத்திற்கு அடிப்படையாக அமைகின்றன. நகரங்களில் மிக மோசமான அச்சமூட்டும் நிலைமைகளின் கீழ் தொழில் உற்பத்தி நடைபெறுகிறது; தொழிலாளி வர்க்க அமைப்புகள் அடக்கப்படுகின்றன; ஏகாதிபத்திய ஆட்சி உருவாக்கும் தடைவிலங்குகளை மத்தியதர வர்க்கம், அதிலும் குறிப்பாக அறிவுஜீவிகள் உணர்கின்றனர். இவ்வாறு விடுதலைக்கான ஒரு பரந்துபட்ட இயக்கம் வளர்கிறது. ஒவ்வொரு காலனி நாட்டிலும் இதே செயல்முறை - வளர்ச்சி வெவ்வேறு நிலைகளில் இருப்பினும் - நடைபெறுகிறது. மேற்கிந்திய தீவுகளின் சமீபத்திய பரந்த அளவிலான போராட்டங்கள் இதற்கான சாட்சியாகும்.

இப்போராட்டங்கள் முதலாளித்துவ சுரண்டலின் தவிர்க்க முடியாத விளைவு என்பதும் ஏகாதிபத்திய குழுக்களைத் தூக்கி எறிகிறபோதுதான் அப்போராட்டங்கள் முடிவுறும் என்பதும் மார்க்சிஸ்ட்களின் பார்வை. எனவே அவர்கள் ஏகாதிபத்திய நாடுகளின் நிதி மூலதனக் குழுக்களை காலனி மக்களுக்கும் தங்களுக்குமான பொது எதிரியாகப் பார்க்கின்றனர்.

முதலாளித்துவம் மிக அதிகமாக மையப்படுத்தப்பட்டும் மிக அதிகமாக ஒழுங்கமைக்கப்பட்டதாகவும் இருக்கும் ஏகாதிபத்திய

காலகட்டத்தில்தான் முதலாளித்துவ சமூகத்தின் உள்ளுறை முரண்பாடு வெளிப்படுகிறது. பொருளாதார நெருக்கடியும் போர்களும் நிறைந்த இந்த காலகட்டத்தில் ஆளும் வர்க்கத்திற்கு எதிரான வன்முறை போராட்டங்களும் நிகழும்; ஆளும் வர்க்கத்தைத் தூக்கி எறிந்து முதலாளித்துவத்திற்கு முடிவு கட்டும் போராட்டங்களாக அவை இருக்கும்.

❑

பகுதி–5

நவீன காலத்தில் வர்க்கப் போராட்டங்கள்

வர்க்கப் போராட்டம் குறித்த மார்க்சின் கோட்பாடு, பகுதி இரண்டில் விளக்கப்பட்டுள்ளது. உற்பத்தி முறையிலிருந்து போராட்டங்கள் பிறக்கின்றன. உற்பத்தி முறை சமூகத்தை வர்க்கங்களாகப் பிரிக்கிறது. அவ்வர்க்கங்களில் ஒன்று (அடிமை, பண்ணை அடிமை, கூலித் தொழிலாளி) உற்பத்தியில் நேரடியாக ஈடுபடுகிற போது மற்றொரு வர்க்கம் உற்பத்தியில் நேரடியாக ஈடுபடாமல் உற்பத்திப் பொருளைச் சொந்தம் கொள்கிறது. சமூகத்தின் ஒவ்வொரு காலகட்டத்திலும் இரண்டு முக்கிய வர்க்கங்களோடு வேறு வர்க்கங்களும் இருக்கின்றன. அவை முந்தைய உற்பத்தி முறையின் எஞ்சிய வர்க்கங்களாக இருக்கலாம்; அல்லது நிலப்பிரபுத்துவத்தின் தொடக்க காலத்தில் கைவினைஞர்கள் - பின்னர் உருவான மேலாதிக்கம் பெற்ற முதலாளித்துவ வர்க்கத்தின் முன்னோடியான - இருந்ததைப் போலவும் இருக்கலாம்.

வர்க்கங்களுக்கு இடையிலான போராட்டங்கள், உற்பத்தியின் உயர்ந்த கட்டத்திற்கு மனிதன் முன்னேற உதவுகின்றன. ஒரு வெற்றிகரமான போராட்டம் நடைபெறுகிறபோது உற்பத்தி உயர்ந்த கட்டத்திற்குச் செல்லுகிறது அல்லது உயர்கட்ட உற்பத்தி பரவலாகிறது. கிராம்வெல் புரட்சியும் (Cromwell revolution) 1689ல் நடந்த ‘உன்னத புரட்சியும்’ (Glorious Revolution) பிரிட்டனில் முதலாளித்துவம் மேலும் வளர்ச்சி பெறுவதற்கான பாதையைத் திறந்தன; பிரான்சில் அதே பணியை 1789 பெரும் புரட்சியும் அதன் விளைவாகத் தொடர்ந்த புரட்சிகளும் செய்தன.

ஆனால், போராட்டங்களுக்கான காரணிகளை பொதுவான தன்மையில் பேசுவதில் மார்க்ஸ் திருப்தியடையவில்லை: வர்க்கங்களுக்கிடையிலான போராட்ட விதியைக் கண்டுபிடிக்கும் பொருட்டு அவர் தன் காலத்தில் நடந்த போராட்டங்களை கூர்மையாக ஆய்வு செய்தார்.

இது, மோதல்களின் தொழில்நுட்ப விவரங்கள் குறித்த கேள்வியல்ல. புதிய உற்பத்தி முறையை வளர்த்தெடுக்கும் புரட்சிகர இயக்கங்களில் பங்கேற்கிற வர்க்க சக்திகள் குறித்த

ஆய்வே சமூக வளர்ச்சியைப் புரிந்துகொள்வதில் முக்கியம் என்பதை மார்க்ஸ் கண்டுணர்ந்தார். பல புரட்சிகளை, குறிப்பாக 1848இல் பல ஐரோப்பிய நாடுகளில் நடந்த புரட்சிகர நிகழ்வுகளை ஆய்வு செய்ததன் மூலம் சில பொதுவான அம்சங்கள் புரட்சிகள் அனைத்திற்கும் பொருந்தும் என்று மார்க்சால் காட்ட முடிந்தது.

புரட்சிகளின் பொதுவான இயல்புகள் யாவை? அல்லது புரட்சிகளின் விதி என்ன?

முதலாவதாக, புதிய உற்பத்தி முறை அமைப்பில் ஆட்சி அதிகாரத்தைக் கைப்பற்றுகிற வர்க்கமே புரட்சியை வழி நடத்தும்; ஆனால், தனித்து அல்ல. உதாரணமாக, 1789 பிரஞ்சு புரட்சியில், வளர்ந்துவந்த முதலாளித்துவ வர்க்கத்தோடு விவசாயிகள் (நிலப்பிரபுத்துவ காலத்தில் பிரதானமான உற்பத்தி வர்க்கம்), சிறு வர்த்தகர்கள், சுதந்திரமான கைவினைஞர்கள், ஆரம்ப நிலையிலிருந்த (எதிர்கால) தொழிலாளி வர்க்கம் ஆகியவை இணைந்திருந்தன. ஆக, அனைத்துப் பகுதி மக்களும் பழைய ஆளும் வர்க்கத்திற்கு எதிரான புரட்சிகர போராட்டத்தில் பங்கேற்றனர். ஏனெனில் அவர்கள் நலன்கள் வேறுபட்டிருந்தாலும், பழைய ஆட்சியின் கீழ் தொடர்ச்சியான ஒடுக்குமுறைக்கும் கடுமையான துயரங்களுக்கும் ஆட்பட்டிருந்தனர்.

பல நாடுகளில் பிரபுத்துவ முடியாட்சியைத் தூக்கி எறிந்து முதலாளித்துவ உற்பத்திக்கு வழி வகுத்த, பின்னர் ஏற்பட்ட பிற ஐரோப்பியப் புரட்சிகளின் போதும் நிலைமை இதுதான். முந்தைய ஆளும் வர்க்கத்திற்கு எதிராக அநேகமாக பிற பகுதி மக்கள் அனைவரும் ஒன்றிணைந்தனர். புரட்சியின் தொடக்க காலத்தில், வளர்ந்து வந்த முதலாளித்துவ வர்க்கமே அதாவது புதிய ஆளும் வர்க்கமே எப்போதும் புரட்சிக்குத் தலைமையேற்றது. போராட்டத்தின் வளர்ச்சிப்போக்கின் ஒரு கட்டத்தில், குறிப்பாக தொழிலாளி வர்க்கம் குறிப்பிட்ட அளவு வளர்ச்சியடைந்துவிட்ட நிலையில் புதிய கூட்டணிகள் உருவாயின. தங்கள் நலனை மனதில்கொண்டு போராட்டத்தில் குதித்த தொழிலாளி வர்க்கம் முன்வைத்த கோரிக்கைகளை ஏற்றுக்கொள்ள புதிய முதலாளித்துவ ஆளும் கூட்டம் தயாராக இல்லை. அத்தகைய சூழலில் தொழிலாளி வர்க்கம் தன் கோரிக்கைகள் நிறைவேற முயற்சி செய்யும்; அவர்களுக்கு எதிராக தங்களுக்கு உதவிட முதலாளிகள் வலதுசாரிகள் பக்கம் திரும்பும். கிராம்வெல் காலத்திலும், பிரான்சில் 1848 வரை இதே போன்றுதான் மீண்டும் மீண்டும் நடந்தது.

தாங்கள் வென்ற புதிய உரிமைகளைப் பாதுகாக்கும் முயற்சியில் 1848 ஜூன் மாதம் பாரிஸ் தொழிலாளர்கள் இறங்கினர்; பிப்ரவரி புரட்சியின் மூலம் அமைந்த புதிய முதலாளித்துவ அரசு அம்முயற்சியைத் தோற்கடித்தது. எனினும் முதலாளிகளின் தலைமையை ஏற்காமல் அடுத்த புரட்சிக்குத் தானே தலைமை ஏற்குமளவிற்கு பாரிஸ் தொழிலாளி வர்க்கம் வளர்ந்துள்ளது என்று மார்க்ஸ் குறிப்பிட்டார். அவ்வாறு மார்க்ஸ் சொன்னது, 1871இல் பாரிசை பத்து நாட்கள் தங்கள் கட்டுப்பாட்டில் வைத்திருந்த கம்யூன்களை உருவாக்குவதில் பாரிஸ் தொழிலாளிகள் தலைமையேற்ற போது, உண்மையில் நடந்தது. முதன்முதலாக புரட்சிகர நடவடிக்கைக்குத் தொழிலாளி வர்க்கம் தலைமை தாங்கியது என்றாலும் அச்செயலில் தொழிலாளி வர்க்கம் தனித்து இறங்கவில்லை. பாரிசை போரில் இறக்கி, போர் தோல்வியில் இருந்தும் மக்களின் வறுமையிலிருந்தும் தங்கள் வளத்தைப் பெருக்கிக்கொள்ள முயன்ற முதலாளிகள் மற்றும் பெரும் நிலப்பிரபுக்களின் அரசாங்கத்திற்கு எதிராக தொழிலாளிகள் போராடினர். இப்போராட்டத்தில் தொழிலாளர்களுக்கு ஆதரவாக பின்வரும் மக்கள் பகுதி இறங்கியது:

கடன் மற்றும் வாடகை மீது தடைவிதிக்க அரசாங்கம் மறுத்ததன் மூலம் அழியும் நிலைக்குத் தள்ளப்பட்ட சிறு வர்த்தகர்கள்;

போரில் ஜெர்மனி பெற்ற வெற்றி மற்றும் அதன் காரணமாக அரசாங்கம் ஏற்றுக்கொண்ட நிபந்தனைகள் ஆகியவற்றால் வெறுப்படைந்த தேசபக்தர்கள்;

முடியாட்சியை மீண்டும் அரசாங்கம் கொண்டுவந்துவிடுமோ என்று அச்சமுற்ற, மக்களாட்சியை விரும்பும் முதலாளிகள்.

பாரிஸ் தொழிலாளிகளின் முக்கிய பலவீனங்களில் ஒன்று, விவசாயிகளைத் தங்கள் பக்கம் இழுப்பதற்கு அவர்கள் கடுமையான முயற்சியை எடுக்கத் தவறியதாகும். ஆனால், முக்கியமான ஒன்று எஞ்சி நிற்கிறது: இருப்பிலுள்ள ஆளும் வர்க்கத்தைத் தூக்கி எறியும் இலட்சியம் கொண்ட உண்மையான ஒவ்வொரு புரட்சியும் அதிகாரத்தைக் கைப்பற்றும் வர்க்கம் மட்டும் தனித்து நடத்துகிற புரட்சியல்ல; மாறாக, இருப்பிலுள்ள ஆளும் வர்க்கத்தால் ஒடுக்கப்பட்ட அனைவராலும் நடத்தப்படுகிற புரட்சியாகும். சமூக வளர்ச்சியின் ஒரு கட்டத்தில், முடியாட்சிக்கும் மற்றும் பெரும் நிலப்பிரபுக்களுக்கும் எதிரான புரட்சி முதலாளிகளின் தலைமையில் நடைபெறுகிறது; ஆனால்,

தொழிலாளி வர்க்கம் வளர்ச்சி பெறுகிற போது அதனால் சகல பகுதி மக்களையும் புரட்சியில் இறக்க முடியும். வேறு வார்த்தையில் சொல்வதானால், ஒவ்வொரு புரட்சியின் போதும் முக்கிய எதிரிக்கு எதிராக பரந்துபட்ட பகுதி மக்கள் கூட்டணியில் இணைகிறார்கள்; பெரும் நிலப்பிரபுக்களுக்கும் மற்றும் முதலாளிகளுக்கும் எதிரான புரட்சிக்கு தொழிலாளி வர்க்கம் தலைமையேற்கிறது என்பது புதுமையானது.

ஒவ்வொரு உற்பத்தி முறையிலும் இரண்டு முக்கிய வர்க்கங்களின் நலன்கள் முரண்படுகின்றன. இதன் விளைவாக அவ்வர்க்கங்களுக்கு இடையிலான தொடர் போராட்டங்களின் உச்சக்கட்டத்தில் வெடிக்கிற புரட்சி புதிய உற்பத்தி அமைப்பில் புதிய வர்க்கத்தை ஆட்சி அதிகாரத்தில் அமர்த்துகிறது. தொழில் முதலாளித்துவத்தின் தொடக்க காலத்தில் போராட்டங்கள் அங்கொன்றும் இங்கொன்றுமாக இருந்தது மட்டுமல்ல, ஒரு குறிப்பிட்ட தொழிற்சாலைகளில் நிலவிய நிலைமை மற்றும் கூலி தொடர்பான பிரச்சனைகள் குறித்த போராட்டங்களாக இருந்தன. “தொழில் வளர்ச்சியோடு பாட்டாளிகளின் எண்ணிக்கைக் கூடுவது மட்டுமல்ல, பெரும் திரளாகக் குவிகிறார்கள்; அவர்களின் வலிமை வளர்கிறது, அவர்கள் தங்களின் வலிமையை மேலும் உணர்கிறார்கள்.”

-(மார்க்ஸ், கம்யூனிஸ்ட் அறிக்கை, 1848, மார்க்சிசத்தின் கையேடு, பக்.32).

தொழிலாளர்கள் தொழிற்சங்கங்களை அமைக்கிறார்கள்; இவை, தேச அளவில் போராட்டங்களைக் கட்டுகிற வலிமை பெறுகின்றன. அவர்கள், நுகர்வோர் என்ற அடிப்படையில் தங்கள் நலன்களைப் பாதுகாக்க கூட்டுறவு சங்கங்களை உருவாக்குகின்றனர். வளர்ச்சியின் ஒரு கட்டத்தில் அவர்கள், தங்களின் வர்க்க நலன்களுக்கான போராட்டத்தைத் தலைமையேற்கவும் பிரதிநிதிப்படுத்தவும் கூடிய, அரசியல்கட்சியை உருவாக்குகிறார்கள்.

இப்போராட்டம் எப்படி நடத்தப்படுகிறது?

முதலாளித்துவ ஆளும்வர்க்கத்தைத் தூக்கி எறிகிற புரட்சிக்குத் தயார்படுத்துவது, அப்புரட்சியைக் கட்டுவது மற்றும் ஒரு புதிய உற்பத்தி அமைப்பைக் - சோசலிசத்தை - கட்டுவது ஆகியவற்றை தொழிலாளி வர்க்கக் கட்சியின் இலட்சியமாக மார்க்ஸ் பார்த்தார்.

புரட்சியைக் கட்டுகிற செயல்முறை, அனைத்து வகையான தொழிலாளி வர்க்க அமைப்புகளையும் உள்ளடக்கி இருந்தது;

அதிலும் குறிப்பாக தொழிற்சங்கங்களை உள்ளடக்கி இருந்தது; தொழிற்சங்கங்கள் தொழிலாளி வர்க்கத்தின் வலிமையை உயர்த்தின; தொழிலாளி வர்க்கத்தை "தன் வலிமையை மேலும் உணரச்" செய்தன. கூலி உயர்வு, பணிநிலை மேம்பாடு போன்ற உடனடிக் கோரிக்கைகளுக்காக எவ்வகையானப் போராட்டத்தையும் நடத்துகிற ஒவ்வொரு பகுதி தொழிலாளிகளுக்கும் உதவுவதை உள்ளடக்கியதாகவும் இச்செயல்முறை இருந்தது. இப்போராட்டங்கள் மூலம் தொழிலாளர்கள் பல நேரங்களில் பல நலன்களை வெல்கின்றனர். ஆனால், அவ்வெற்றி பாதுகாப்பானது அல்ல "போராட்டங்களின் வெற்றி உடனடி கோரிக்கைகளை வெல்வதில் இல்லை; மாறாக உண்மையான வெற்றி தொழிலாளிகளின் பரந்துபட்ட ஒற்றுமை மேலும் மேலும் தொடர்ந்து வளர்வதில்தான் உள்ளது". இப்போராட்டங்களின் வளர்ச்சிப் போக்கில், முதலாளித்துவ வர்க்கத்திற்கு எதிராக பொதுவான நலன் கொண்ட ஒரு வர்க்கமாக தொழிலாளிகள் தங்களை உணரத் தொடங்குகிறார்கள். இவ்வளர்ச்சியை முன்னெடுக்க தொழிலாளி வர்க்க அரசியல்கட்சி உதவும்; பொருளாதார நெருக்கடியும் போர்களும் தொழிலாளிகளுக்கு பெருந்துயர்களைத் தருகிற போது, முதலாளித்துவ உற்பத்தி முறை நீடிக்கிறவரை, வர்க்கப் போராட்டங்கள் ஏன் நடைபெற வேண்டும் என்பதை அக்கட்சி விளக்கும்; உற்பத்தி முறையை மாற்றுவதன் மூலமே மோதல்களும் துயரங்களும் முடிவுறும்,

ஆனால், உற்பத்தி அமைப்பை மாற்றுவது என்பது முதலாளித்துவ வர்க்கத்தை வலுக்கட்டாயமாகத் தூக்கி எறிவதில் அடங்கியிருக்கிறது என்பதையும் தொழிலாளி வர்க்க அரசியல் கட்சி விளக்கும்.

"வலுக்கட்டாயமாகத் தூக்கி எறிவது" அவசியமானது என்று ஏன் மார்க்ஸ் கருதினார்? முந்தைய ஆளும் வர்க்கத்தை ஒரு புதிய வர்க்கம் வலுக்கட்டாயமாகத் தூக்கி எறிகிறபோதுதான் புதிய உற்பத்தி அமைப்பு நடைமுறைக்கு வருமென்று மார்க்சின் வரலாறு குறித்த ஆய்வின் இரண்டாம் பகுதியில் விளக்கப்பட்டுள்ளது. எனவே, தொழிலாளி வர்க்கம் ஆளும் வர்க்கத்தை வலுக்கட்டாயமாகத் தூக்கி எறியாமல் உற்பத்தியை சோசலிச அடிப்படையிலான உற்பத்தியாக மாற்ற முடியாது என்ற முடிவை வரலாற்றிலிருந்து பெற முடிகிறது. அரசு குறித்த மார்க்சின் ஆய்வு இந்த வரலாற்று பாடத்தை உறுதிப்படுத்துகிறது.

பாராளுமன்றமே அரசு என்று சில சமயம் எண்ணப்படுகிறது. ஆனால், பிரதிநிதித்துவ அமைப்புக்களுக்கு 'அரசின்' வரலாற்று

வளர்ச்சிப் போக்கில் பெரிய தொடர்பேதுமில்லை; மாறாக, அரசு என்பது ஆளும் வர்க்கம் பிற மக்கள் மீது தன் விருப்பத்தைத் திணிக்கிற ஏற்பாடாக இருந்து வந்துள்ளது. தொடக்ககால சமூகத்தில் அரசு என்றேதுமில்லை; ஆனால், மனித சமூகம் வர்க்கங்களாக பிரிந்தபோது, வர்க்கங்களின் நலன்களுக்கிடையில் மோதல் உருவானது. சிறப்புரிமை பெற்ற வர்க்கம் தன்னுடைய நேரடிக் கட்டுப்பாட்டிலுள்ளஆயுதப்படை கொண்டே தன் சிறப்புரிமைகளையும் தன் நலன்களையும் பாதுகாக்க முடியும் என்ற நிலையை இந்த வர்க்க மோதல் உருவாக்கியது. "ஒவ்வொரு அரசிலும் இத்தகைய அரசாங்கப் படை இருக்கிறது; இது, ஆயுதமேந்திய மனிதர்களை மட்டுமல்லாமல் சிறைச்சாலை மற்றும் அடக்குமுறை அமைப்புகளையும் உள்ளடக்கியதாக உள்ளது"

- **(ஏங்கல்ஸ்,** மார்க்சிசத்தின் கையேடு, பக் 726).

இருப்பிலுள்ள அமைப்புமுறையை அதாவது இருப்பிலுள்ள வர்க்கப் பிரிவையும் வர்க்க சார்பையும் தக்கவைக்கும் பணியை எப்போதும் செய்கிற கருவியாக இது இருக்கிறது; சமூகத்திற்கும் மேலானதாக, சார்பேதுமற்ற, "சட்டம் ஒழுங்கை" நிலைநிறுத்துவதையே நோக்கமாகக் கொண்ட ஒன்றாக இது எப்போதும் பார்க்கப்படுகிறது. ஆனால், உண்மையில் சட்டம் ஒழுங்கை பராமரிப்பது என்ற பெயரில் நடைமுறையிலுள்ள அமைப்பை நிலைநிறுத்துகிறது. அமைப்பை மாற்ற எடுக்கப்படும் எந்த ஒரு முயற்சிக்கும் எதிராக இது செயல்படுகிறது; அன்றாட நடைமுறையில் இந்த அரசு இயந்திரம் வெளிப்பார்வைக்கு அமைதியாகத் தோன்றும் வழியில் 'தேச துரோகிகளை' கைது செய்கிறது, 'தேச விரோத' இலக்கியங்களைத் தடை செய்கிறது; ஆனால், ஆழமான பார்வையுள்ளதாக எதிர்ப்பியக்கம் இருக்கிறபோது காவல்படையும், தேவைப்படுமெனில் இராணுவமும் பயன்படுத்தப்படுகிறது. ஆளும் வர்க்க நலன்களைப் பாதுகாக்கும் இத்தகைய அடக்குமுறை கருவியே அரசு.

பாராளுமன்றத்தாலோ அல்லது நாட்டைப் பிரதிநிதிப்படுத்துகிற வேறு நிறுவனத்தாலோ அரசு கட்டுப்படுத்தப்படுகிறதா? ஓர் அமைப்பு ஆளும் வர்க்கத்தைப் பிரதிநிதிப்படுத்தும் வரையில் அது அரசு இயந்திரத்தைக் கட்டுப்படுத்தும். ஆனால், பாராளுமன்றம் அல்லது வேறு நிறுவனம் போதிய அளவு ஆளும் வர்க்கத்தை பிரதிநிதிப்படுத்தாத சூழலில் அது ஆளும் வர்க்கநலனுக்கு எதிரான முயற்சியில் இறங்குமானால் அரசு இயந்திரம் அதன்

கட்டுப்பாட்டிலில்லை என்பது தெளிவாகிறது. பிரதிநிதித்துவ அமைப்புகள் ஆளும் வர்க்கத்திற்கு மாறாக வேறு வர்க்க நலனுக்கு ஆதரவாக செயல்பட்டிருப்பதை வரலாறு நெடுக பார்க்க முடியும்; அத்தகைய சந்தர்ப்பங்களில் அவை, தேவைப்படுமானால் இராணுவத்தின் மூலமும் கலைக்கப்பட்டுள்ளன. உதாரணமாக, பிரிட்டனில் கிராம்வெல் காலத்தில் எழுச்சி பெற்ற வர்க்கம் முந்தைய ஆளும் வர்க்கத்தை பாராளுமன்றத்தில் கூடுதல் வாக்குகள் பெற்று மட்டும் வீழ்த்தவில்லை; அரசுக்கு எதிராக, முந்தைய ஆளும் வர்க்க இராணுவத்திற்கு எதிராக புதியதோர் இராணுவத்தைத் திரட்டி வீழ்த்தியது.

பிரதிநிதித்துவ நிறுவனங்களில் கூடுதல் வாக்குகள் பெறுவதால் நிலைமையில் மாற்றம் ஏதும் நிகழ்ந்துவிடாது என்பதை மார்க்ஸ் அறிந்திருந்தார். உற்பத்தி அமைப்பில் மேலாதிக்கம் செலுத்தும் வர்க்கத்தின் வசமே உண்மையான அதிகாரம் இருக்கும்; பிரதிநிதித்துவ நிறுவனத்தில் என்ன நிகழ்ந்தாலும் அவ்வர்க்கம் அரசு இயந்திரத்தைத் தன் கட்டுப்பாட்டில் வைத்துக்கொள்கிறது. எனவே உண்மையான அதிகார மாற்றம் என்பது, உற்பத்தி அமைப்பை மாற்ற முயற்சிக்கிற புதிய வர்க்கத்திற்கு எதிராகத் தன் அடக்குமுறைக் கருவியை முழுமையாக ஏவும் முந்தைய அரசு இயந்திரத்திற்கு எதிரான பலப்பிரயோகம் மூலமே நிகழும்.

சமீபத்திய வரலாற்று நிகழ்வுகள் மார்க்ஸ் கண்ட முடிவுகளை உறுதிபடுத்துகின்றன. அனைத்து வகையான பிரதிநிதித்துவ நிறுவனங்களையும் ஆயுதப்படை கொண்டு அழிப்பதே பாசிசத்தின் முழுமையான அடிப்படையாகும். பாசிச அமைப்புகள் அரசு படையின் பழைய வடிவத்தோடு புதிய வடிவமும் கொண்டுள்ளன. இது முக்கிய ஆய்வுகளில் எந்த மாற்றத்தையும் ஏற்படுத்தவில்லை. அரசமைப்புச் சட்டத்தின்படி தேர்ந்தெடுக்கப்பட்ட பாராளுமன்ற அரசாங்கத்திற்கு எதிராக நடந்த பிரான்கோ கலகம் (The Franco rebellion), ஒரு பிரதிநிதித்துவ நிறுவனம் அரசு இயந்திரத்தின் மீது எவ்வளவு குறைவானக் கட்டுப்பாட்டைக் கொண்டுள்ளது என்பதை எடுத்துக்காட்டுகிறது.

அரசமைப்புச் சட்டத்தின்படி மட்டுமன்றி வெளிப்பார்வைக்கும் பாராளுமன்றத்தின் கட்டுப்பாட்டில்தான் அரசு இயந்திரம், குறிப்பாக இராணுவம் இருக்கிறது. இருப்பினும் ஆளும்வர்க்கம் அரசு இயந்திரத்தின் மீது தன் தனித்த கட்டுப்பாட்டை எப்படி வைத்திருக்கிறது? இதற்கான பதிலை அரசு இயந்திரத்தின் குணாம்சத்தில் காணவேண்டும். ஒவ்வொரு நாட்டிலும்

இராணுவத்தின், நீதித்துறையின் மற்றும் பொதுவாக நிர்வாக அமைப்பின் உயர் பதவிகளில் ஆளும் வர்க்கத்தைச் சார்ந்தவர்கள் அல்லது அதன் நம்பிக்கைக்குரியவர்கள் இருப்பார்கள். நியமன முறையும் பணிஉயர்வு தரும் ஏற்பாடும் இதனை உறுதிப்படுத்துகின்றன. பிரதிநிதித்துவ நிறுவனத்தில் ஜனநாயகம் எவ்வளவு ஆழமாக இருப்பினும் அதனால் அரசு இயந்திரத்தின் இறுக்கமான மையத்திற்குள் ஊடுருவ முடிவதில்லை. கடுமையான பிரச்சினை எழும் வரையில் ஜனநாயக பாராளுமன்ற கட்டுப்பாட்டில் அரசு இயந்திரம் இல்லை என்ற உண்மை வெளிப்படையாகத் தெரிவதில்லை; பிரிட்டனில் இதற்கான உதாரணத்தைக் காண முடியும்; 1914இல் கர்ரா கலகத்திற்கு (Curragh rebellion) எதிராக வடக்கு அயர்லாந்தைக் காப்பாற்ற ஆணையிடப்பட்டது. ஆனால், இராணுவ அதிகாரிகள், அயர்லாந்து குடியாட்சி சட்டத்தை (Irish Home Rule Act) எதிர்த்த வலதுசாரிகளின் கலக மிரட்டலைக் காரணம் காட்டி, ஆணையை நிறைவேற்ற மறுத்துவிட்டனர்.

என்ன வகையான பிரதிநிதித்துவ நிறுவனங்கள் இருப்பினும், இருக்கும் அமைப்பைப் பாதுக்காக்கும் வண்ணம் அரசு இயந்திரம் செயல்படுகிறபோது உற்பத்தி முறையை ஓர் உயர்மட்டத்திற்கு முன்னேற்றுவது என்பது சாத்தியமல்ல.

இருந்தபோதிலும், ஜனநாயக நிறுவனங்களுக்கு எப்போதும் ஆதரவாளராக மார்க்ஸ் இருந்தார். அவற்றை வரலாற்று ரீதியில் வர்க்கப் போராட்டக்களமாக அவர் பார்த்தார். முதலாம் சார்லஸ் காலத்தில், அது சமயம் எழுச்சி பெற்றுவந்த முதலாளித்துவ வர்க்கம் குரல் எழுப்பும் தளமாக பாராளுமன்றம் இருந்துள்ளது; அதன் மூலம் அவ்வர்க்கம் சலுகைகளை வென்ற அதேசமயம் நிலப்பிரபுத்துவ முடியாட்சிக்கு எதிராக ஆதரவைத் திரட்டவும் செய்தது. அதேபோன்று, சலுகைகளை வெல்லவும் மற்றும் அதிகாரத்தைக் கைப்பற்றும் தீர்மானகரமான போராட்டத்திற்கு தொழிலாளிகளைத் திரட்டவும் இன்றைய பாராளுமன்றங்களை ஒரு கருவியாகப் பயன்படுத்த முடியும். எனவே, பாராளுமன்ற ஜனநாயகம் மூலமே புதிய சமூக அமைப்பை உருவாக்க முடியாது, அது முழுமையான போராட்டத்தின் ஒரு பகுதிதான் என்ற போதும் பாராளுமன்ற ஜனநாயகத்திற்கான போராட்டம் பயனற்றதல்ல. (மக்கள் எதிர்ப்புக்களுக்கான வாய்ப்புகளை பாராளுமன்ற நிறுவனங்கள் வழங்குவதால் அவற்றை பாசிசம் எங்கும் அழிக்கிறது என்பது முக்கியத்துவம் பெறுகிறது.)

எனவேதான், கடந்த நூற்றாண்டில் ஐரோப்பாவிலிருந்த பலவகையான எதேச்சதிகார அரசாங்கங்களுக்கு எதிராக பாராளுமன்ற ஜனநாயகத்திற்கான போராட்டங்களின் முக்கியத்துவத்திற்கு எப்போதும் மார்க்ஸ் அழுத்தம் தந்தார். அதேபோல எதேச்சதிகாரம் ஏற்கெனவே தூக்கி எறியப்பட்ட நாடுகளில் ஜனநாயக உரிமைகள் வழங்கப்படுவதற்கான போராட்டங்களின் முக்கியத்துவத்திற்கும் அழுத்தம் தந்தார். அதேசமயம், முதலாளித்துவ வர்க்கத்தின் அல்லது எதேச்சதிகாரத்தின் கட்டுப்பாட்டில் அரசு இயந்திரம் இருக்கும்வரை ஜனநாயகம் பயனுள்ளதாகவும் பாதுகாப்பானதாகவும் இருக்காது என்று மார்க்ஸ் கருதினார். முதலாளித்துவ அரசு இயந்திரத்தை நொறுக்கி வீழ்த்தும் போதே தொழிலாளி வர்க்கம் தன்னை ஆளும் வர்க்கமாக உயர்த்திக்கொள்ளும்; அதன் மூலம் ஜனநாயகத்திற்கான போராட்டத்தில் வெற்றி பெறும். வேறு வார்த்தைகளில் சொல்வதானால், ஆயதமேந்தியத் தடையான முதலாளித்துவ அரசு இயந்திரத்தை அழிக்கிறபோதுதான் மக்களின் விருப்பம் பயனுற ஈடேறும்.

ஆனால், முந்தைய ஆளும் வர்க்கத்தின் அரசு இயந்திரத்தை வீழ்த்தி அழித்தால் மட்டும் போதாது. முதலாளித்துவ வர்க்கத்தை முழுமையாக வீழ்த்தவும் மற்றும் உள்ளிருந்தும் வெளியிலிருந்தும் வரும் தாக்குதல்களிலிருந்து புதிய அமைப்பைப் பாதுகாக்கவும் தொழிலாளிவர்க்கம் தனது சொந்த அரசு இயந்திரத்தை - மையப்படுத்தப்பட்ட தனது சொந்த படைக்கருவியை- நிறுவ வேண்டிய தேவை உள்ளது.

மேலும், தொழிலாளி வர்க்கம் தனக்கான வடிவம் கொண்ட அரசாங்கத்தை நிறுவவேண்டிய தேவையும் உள்ளது; இந்த வடிவம் ஏற்கெனவே அறிந்திருந்த முதலாளித்துவ அமைப்பு அரசாங்கத்தின் வடிவத்திலிருந்து வேறுபட்டது. ஏனெனில் இதன் நோக்கம் வேறுபட்டது. 1871 பாரிஸ் கம்யூன் *(Paris Commune)* அனுபவத்திற்குப் பிறகு மார்க்சிற்கு இது தெளிவாயிற்று. பாரிஸ் கம்யூனின் சிறப்பு அம்சங்கள்: "அது ஒரு பாராளுமன்ற அமைப்பல்ல, அது ஒரேசமயத்தில் சட்டமன்றமாகவும் நிர்வாக அமைப்பாகவும் செயல்படும் அமைப்பு" அதன் உறுப்பினர்களை வாக்காளர்கள் எந்த சமயத்திலும் வேறு உறுப்பினரைக் கொண்டு மாற்றம் செய்யலாம்; "கம்யூன் உறுப்பினர்களில் தொடங்கி அடிமட்டம்வரை அனைத்து பொதுச் சேவைகளும் தொழிலாளர்களின் கூலிக்கு இணையான கட்டணத்தில்

வழங்கப்படவேண்டும்;" நீதிபதிகள் தேர்ந்தெடுக்கப்பட்டனர், அவர்களைத் தேர்ந்தெடுத்த வாக்காளர்கள் அவர்களை எந்நேரத்திலும் மாற்றிக் கொள்ளலாம்; முந்தைய இராணுவத்திற்கு மாற்றாக, "பெரும்பாலும் உழைக்கும் மக்களைக் கொண்ட ஒரு தேசிய இராணுவம் நிறுவப்பட்டது." முந்தைய அரசு இயந்திரத்தின் மீது கட்டுப்பாட்டைக் கொண்டிருந்த அரசாங்கக் கருவிகளையும் படைக்கலன்களையும் தொழிலாளி வர்க்கத்தின் கட்டுப்பாட்டில் கொண்டுவருவதே கம்யூன் குணாம்சங்களின் சாரமாக இருந்தது. இந்த புதிய அரசு வடிவம் ஜனநாயகத்திற்கானப் போரில் வெற்றி கண்டது; இது, சாமான்ய மக்கள் தங்கள் வாழ்வின் மீதான கட்டுப்பாட்டை எடுத்துக்கொள்வதில் மக்களுக்கு விரிவாகப் பகிர்ந்தளிக்கப்பட்ட ஜனநாயகமாக இருந்தது.

எனினும், பாரிஸ் கம்யூன் குறித்த ஏங்கல்சின் எழுத்து "அது பாட்டாளி வர்க்க சர்வாதிகாரமாக இருந்தது" என்றது. பாராளுமன்ற ஜனநாயகத்தோடு ஒப்பிடும் பொழுது கம்யூன் என்பது பெருமளவில் பரவலாக்கப்பட்ட ஜனநாயகக் கட்டுப்பாடு என்று மார்க்ஸ் சொன்னதற்கும் அது பாட்டாளி வர்க்க சர்வாதிகாரம் என்று ஏங்கல்ஸ் சொன்னதற்கும் இடையில் ஏதேனும் முரண்பாடுள்ளதா? இல்லை. இரண்டும் ஒரே கோட்பாட்டின் இரண்டு அம்சங்களைச் சொல்கின்றன. மிகப் பெரும்பான்மையான மக்களின் விருப்பங்களை நிறைவேற்ற ஒரு "புதிய உண்மையான ஜனநாயக அரசு" நிறுவப்பட்டது; மக்களின் விருப்பத்திற்கு எதிராக - நிதியாதாரங்கள் கொள்ளை முதல் ஆயுதமேந்திய எதிர்ப்பு வரை - அனைத்து வழிகளையும் பயன்படுத்தி சர்வாதிகாரம் செலுத்தி வந்த சிறுபான்மை வர்க்கத்திற்கு எதிரான சர்வாதிகாரம் மூலமே "புதிய உண்மையான ஜனநாயக அரசு" மக்களின் விருப்பங்களை நிறைவேற்ற இயலும்.

1871 பாரிஸ் கம்யூன் அனுபவங்களிலிருந்து மார்க்சும் ஏங்கல்சும் கண்டுணர்ந்ததை பிற்கால தொழிலாளி வர்க்கப் புரட்சி அனுபவங்கள் உறுதிசெய்தன; ரஷ்யாவின் 1905ஆம் வருட புரட்சியில் சாருக்கு (Tsar) எதிரான போராட்டங்களைக் கட்டவும் முன்னெடுக்கவும் தொழிலாளி வர்க்க அமைப்புக்களின் பிரதிநிதிக் கொண்ட குழுக்கள் ஏற்படுத்தப்பட்டன; அதேபோல மீண்டும் 1917 மார்ச் புரட்சியின் போது புரட்சிகர நிலைமை மேம்பட்ட சூழலில் 'சோவியத்துகள்' உருவாக்கப்பட்டன. பாரிஸ் கம்யூனின் தொடங்க தொழிலாளி வர்க்கம் வளர்ந்துள்ள மேம்பட்ட சூழலில், முதலாவதாக ஆலைகளிலிருந்து தேர்ந்தெடுக்கப்பட்டப்

பிரதிநிதிகளைக் கொண்ட இந்த 'சோவியத்' அமைப்புகளே புதிய தொழிலாளி வர்க்க அரசு செயல்படுவதற்கான வடிவம் என்று லெனின் கண்டார். இந்த பிரதிநிதிகள் நேரடியாக தொழிலாளர்கள் மத்தியிலிருந்து தேர்ந்தெடுக்கப்பட்டதாலும், அவர்கள் எந்நேரத்திலும் வாக்காளர்களால் திருப்பி அழைக்கப்படலாம் என்பதாலும் முடிவெடுப்பதில் முதலாளிகள் செல்வாக்கு செலுத்த முடியவில்லை. தொழிலாளி வர்க்கத்தின் நலன்கள் பாதுகாக்கப்பட்டு முன்னெடுக்கப்பட்டன. அதே சமயம், புதிய சோவியத் அரசாங்கத்தை அழிக்க அனைத்து வழிகளையும் கையாண்ட முந்தைய ஆளும் வர்க்கத்திற்கு எதிரான சர்வாதிகாரம் மூலமே, அம்முயற்சி சாத்தியப்பட்டது. பாட்டாளி வர்க்கத்தின் உண்மையான ஜனநாயகத்தை 1848இல் வெளியான கம்யூனிஸ்ட் அறிக்கையில் மார்க்ஸ் இப்படி வெளிப்படுத்தினார்: "இதுவரையிலான வரலாற்று இயக்கங்கள் அனைத்தும் சிறுபான்மையினரின் இயக்கங்களாகும் அல்லது சிறுபான்மையினரின் நலனுக்காக நடந்த இயக்கங்களாகும். பாட்டாளிகளின் இயக்கம் மிகப் பெரும்பான்மையினரின் நலனுக்காக மிகப் பெரும்பான்மையினரால் சுய உணர்வோடும் சுதந்திரமாகவும் நடத்தப்படுகிற இயக்கமாகும்."

இது, பாட்டாளி வர்க்கப் புரட்சியின் வெற்றி உடனடியாக அனைத்து வர்க்கப் போராட்டங்களுக்கும் முற்றுப்புள்ளி வைத்துவிடாது என்றே மார்க்ஸ் கருதினார் என்று தெளிவுபடுத்துகிறது. ஆனால், அதேசமயம் அது, அரசு இயந்திரம் தொழிலாளி வர்க்கத்திற்கு எதிராக இல்லாமல் முதன்முறையாக அவர்களின் பக்கம் இருக்கும் திருப்புமுனையைக் குறிக்கிறது. இதற்கான உதாரணமாக இருக்கும் ஒரு நிகழ்வை 1918 ஜனவரியில் சோவியத் மாநாட்டில் லெனின் எடுத்துச் சொன்னார். ஒரு முறை லெனின் புகைவண்டியில் பயணம் செய்து கொண்டிருந்த போது அருகில் இருந்தவர்கள் உரையாடிக்கொண்டிருந்ததை அவரால் புரிந்துகொள்ள முடியவில்லை. அப்போது ஒருவன் லெனினிடம் "இந்த மூதாட்டி என்ன சொல்கிறாள் தெரியுமா? 'இப்போதெல்லாம் துப்பாக்கியேந்தியவனைக் கண்டு அஞ்சவேண்டியதில்லை. நான் ஒரு நாள் காட்டில் துப்பாக்கியேந்திய ஒருவனைச் சந்தித்தேன். அவன் என்னிடமிருந்த விறகைப் பறித்திடாமல் மாறாக நான் மேலும் விறகு பொறுக்குவதற்கு உதவினான்.'" என்று சொன்னான். படைக்கலன் தொழிலாளிக்கு எதிராகத் திரும்பும் காலம் முடிந்து தொழிலாளிக்கு அது உதவியது; தொழிலாளியின் முன்னேற்றத்திற்கு எதிராக முயற்சி செய்வோருக்கு எதிராகவே அது திரும்பும்.

அப்படிப்பட்டவர்கள், தொழிலாளி வர்க்கத்தின் கையில் அதிகாரம் வந்த பின்னரும் தொடர்ந்து இருப்பார்கள். பிற நாட்டு ஆளும் வர்க்கங்களின் உதவியோடு முந்தைய ஆளும்வர்க்கம் தொழிலாளி வர்க்க அரசிற்கு எதிராக வெளிப்படையாகப் போரிடுவதற்காக ஆயுதந்தாங்கிய படையை தன்னால் இயன்ற அளவு திரட்டும். இப்படித்தான் 1871 பாரிஸ் கம்யூன் தோற்கடிக்கப்பட்டது. பாரிசிற்கு வெளியே வெர்செய்லசில் (Versailles) இருந்த பிற்போக்குப் படைகளுக்கு வலுசேர்க்க, ஜெர்மானியர்கள் ஆயிரக்கணக்கான பிரஞ்சு கைதிகளை விடுதலை செய்து அனுப்பிவைத்தனர்; இதன் காரணமாகப் பிற்போக்குப் படை கம்யூன்களிடமிருந்து பாரிசைக் கைப்பற்றி, கம்யூன் ஆதரவாளர்களைக் கொடூரமாகக் கொன்றுகுவிக்க முடிந்தது. 1918 முதல் 1920 வரையிலான இடைப்பட்ட காலத்தில் ரஷ்யாவின் சோவியத் அரசாங்கம் சாரின் (Tsarist) ஆதரவுப் படையை மட்டுமல்லாது, பிரிட்டன், பிரான்சு மற்றும் அமெரிக்கா உள்ளிட்ட வெளிநாட்டு சக்திகளின் படையெடுப்பையும் எதிர் கொள்ள வேண்டியிருந்தது. எனவே, தன்னைப் பாதுகாத்துக் கொள்ளவும், உற்பத்தி முறையை சோசலிச அடிப்படைக்கு மாற்றிக்கொண்டிருக்கிற காலத்தில் அதிகாரத்தின் மீதான தன்னுடைய கட்டுப்பாட்டை உறுதிப்படுத்தவும் தொழிலாளி வர்க்கம் அதிகாரத்தைக் கைப்பற்றிய பின்னரும் நீண்டகாலத்திற்கு தனது அரசமைப்பை தக்கவைக்க வேண்டி இருக்கும் என்ற மார்க்சின் முடிவை வரலாறு உறுதி செய்கிறது.

சோசலிசம் மற்றும் அதன் உயர்வடிவமான கம்யூனிசம் என்று மார்க்ஸ் சொன்னது என்ன என்பது அடுத்து வரும் பகுதியில் விளக்கப்பட்டுள்ளது. வர்க்கப் போராட்டமும் அரசும் என்ற பொருள் குறித்த விவாதத்தை முடிப்பதற்கு முன்னர் இறுதிவிளைவு பற்றிய மார்க்சின் கருத்து என்ன என்பதை சொல்ல வேண்டும். உற்பத்தியில் எதிரெதிரான நலன்களைக் கொண்ட வர்க்கங்களாக மனித சமூகம் பிளவுபட்டதன் விளைவாக வர்க்கப் போராட்டமும், ஆளும் வர்க்கநலன்களைப் பாதுகாப்பதற்கான அதன் அரசு இயந்திரமும் ஏற்பட்டன. மனித சமூகம் வர்க்கங்களாகப் பிளவுபட்டிருக்கும் வரை வர்க்கப் போராட்டமும் அரசும் தொடரும். தொழிலாளி வர்க்கம் அதிகாரத்தைப் பெற்றதும், ஒரு வர்க்கம் இன்னொரு வர்க்கத்தின் உழைப்பில் வாழாத புதிய உற்பத்தி முறையை நடைமுறைக்குக் கொண்டு வரும் பொருட்டு வர்க்கப் பிரிவினையை முடிவு கட்ட செயல்படும்; வேறு

வார்த்தையில் சொல்வதானால், அனைவரும் சமூகம் முழுமைக்கும் உழைக்கிற வர்க்கங்களற்ற சமூகத்தை உருவாக்க செயல்படும். இச்செயல்முறை நிறைவு பெறுகிற போது (உலக அளவில்), தனிப்பட்ட நலன்களைக் கொண்ட வர்க்கங்கள் இருக்காது என்பதால் வர்க்க மோதல் இருக்காது; எனவே ஒரு சாரார் நலன்களுக்கு எதிராக இன்னொரு சாரார் நலன்களைப் பாதுகாப்பதற்கான அரசுஎன்ற அதிகாரக் கருவியின் தேவை இருக்காது. அரசு என்பது உதிர்ந்து போகும். அதாவது, உற்பத்தியையும் உற்பத்தி பொருட்களை விநியோகிப்பதையும் நிர்வகிப்பதற்கான மையப்படுத்தப்பட்ட ஏற்பாட்டைத் தவிர வேறெங்கும் அரசு இயந்திரத்திற்குத் தேவை இருக்காது. ஏங்கல்ஸ் சொன்னது போல "மனிதர்கள் மீதான அரசாங்கம் என்பதற்கு மாற்றாக, பொருட்கள் மற்றும் உற்பத்தி முறையின் திசைவழி மீதான நிர்வாகம் என்பது இருக்கும்."

❒

பகுதி–6

சோசலிச சமூகம்

முதலாளித்துவ சமூகத்தைத் தொடர்ந்து வரும் சோசலிச சமூகம் குறித்த ஒரு விரிவான விவரங்களை மார்க்சின் எழுத்துகளில் எங்கும் காணமுடியாது. மார்க்சிற்கு முந்தைய தத்துவஞானிகள், சமூகம் குறித்த பொதுவான கருத்தாக்கத்தின் அடிப்படையில் தாங்கள் வாழ்ந்த சமூகத்தில் கண்ட தீமைகளில்லாத 'கற்பனா உலகம்' (Utopian society) பற்றி எழுதினர். மார்க்ஸ் அப்படிப்பட்ட கற்பனா உலகம் குறித்து எழுதவில்லை. ஆனால், சமூக வளர்ச்சி பற்றிய பொதுவான விதிகளிலிருந்து புதிய சமூகத்தின் இயல்புகள் குறித்தும் அது வளர்ச்சி பெறும்விதம் குறித்தும் மார்க்சால் ஒரு வரைகோட்டு உருவத்தைத் தர முடிந்தது.

புதிய சமூகத்தைக் கட்டுவதன் தொடக்கம் ஏதுமற்ற எழுதுபலகையில் எழுதுவது போல இருக்காது. இதுவே மார்க்ஸ் சொன்ன மிகத் தெளிவான அறிவார்ந்த செய்தியாக இருந்தது. எனவே "தனது சொந்த அடித்தளத்தின் மீது வளர்ச்சிபெற்ற ஒரு சமூகம்" என்ற ரீதியில் எண்ணுவது பயனற்றது. எவ்வளவு முடியுமோ அவ்வளவு நல்ல இயல்புகளை சிந்தித்து அவற்றைக் கலப்பதன் மூலம் ஒரு சோசலிச சமூகக் கோட்பாட்டை பெற முடியும் என்பது சூன்யத்தில் இருந்து பெறுவது போன்றது. அது அறிவியல் பூர்வமற்றது என்பதோடு அதன் விளைவு யதார்த்தத்திற்குப் புறம்பானதும்கூட.

மாறாக, தனக்கு முந்தைய சமூக வடிவங்களைப் போலவே உண்மையான சோசலிச சமூகமும் ஏற்கெனவே இருப்பிலிருந்தவற்றின் அடிப்படையில்தான் உயிர்த்தெழும்; அதாவது, "முதலாளித்துவ சமூகத்திலிருந்து வெளிப்படும் ஒரு சமூகமாக சோசலிச சமூகம் இருக்கும்; எனவே எந்த சமூகத்தின் கருப்பையிலிருந்து அது உயிர்பெற்றதோ அந்த சமூகத்தின் முத்திரையை அனைத்து- பொருளாதாரம், அறம் மற்றும் அறிவாற்றல்-அம்சங்களிலும் சோசலிச சமூகம் தாங்கி நிற்கும்."

உண்மையில், முதலாளித்துவ சமூகத்தின் உள்ளார்ந்த வளர்ச்சி சோசலிசத்திற்கானப் பாதையை உருவாக்குகிறது. மாற்றத்தின் இயல்பைக் குறிக்கிறது. ஒவ்வொரு பொருள் உற்பத்தியிலும் மேலும் மேலும் மனிதர்கள் இணைவதால் முதலாளித்துவ

உற்பத்தி மேலும்மேலும் சமூகமயமாகிறது; ஆலைகள் மேலும் மேலும் பெரிதாகிறபோது கச்சாப்பொருட்களை முழுமைபெற்ற உற்பத்திப் பொருட்களாக மாற்றுகிற உற்பத்தி நிகழ்முறை மிகப் பெரும் எண்ணிக்கையில் மக்களை இணைக்கிறது. மக்கள் தங்களுக்கிடையில் ஒருவரையொருவர் மேலும் மேலும் கூடுதலாக சார்ந்திருக்க வேண்டியிருக்கிறது; முதலாளித்துவம் முந்தைய நிலப்பிரபுத்துவ உறவுகளையும் தொடர்புகளையும் நீண்டகாலமாக உடைத்திருக்கிறது, ஆனால், முதலாளித்துவம் தன் வளர்ச்சிப்போக்கில், ஒவ்வொரு தனிநபரும் சமூக நிகழ்வுகள் முழுவதையும் சார்ந்திருக்கும் வகையில் பரந்துபட்டதாக இருக்கும் புதிய உறவுகளை கட்டமைக்கிறது.

முதலாளித்துவ உற்பத்தி முறையில் உற்பத்தி மேலும் மேலும் சமூகமயமாகும் போக்கு இருந்தபோதிலும், சமூகத்தின் கூட்டு உழைப்பால் உருவாகிற உற்பத்தி பொருள் சமூகத்தின் சொத்தாக இல்லாமல் ஒரு தனி நபரின் அல்லது ஒரு குழுவின் சொத்தாக உள்ளது. எனவே சமூகத்தால் உற்பத்தி செய்யப்படும் பொருளை சமூகத்திடம் கொடுப்பதே ஒரு சோசலிசசமூகத்தை கட்டமைக்கும் முதல் படியாக இருக்க வேண்டும்; முதலாளித்துவத்தின் கீழ் தனியார் உடைமையாக இருந்த ஆலைகள் சுரங்கங்கள், இயந்திரங்கள், கப்பல்கள் மற்றும் பிற உற்பத்திக் கருவிகள் அனைத்தும் ஒட்டுமொத்த சமூகத்தின் உடைமையாக இருக்க வேண்டும் என்பதே இதன் பொருள்.

புதிய சமூகம் முந்தைய சமூகத்தின் வழியாக எதை எடுத்துக் கொள்கிறதோ அதன் அடிப்படையில்தான் உற்பத்திக் கருவிகள் சமூகமயமாவது நடைபெறும். மிகமிகப் பெரிய நிறுவனங்கள்தான் உடனடியாக சமூக உடைமையாவதற்குத் தயார்நிலையில் உள்ளன. இதற்காகவே அவற்றை முதலாளித்துவம் உருவாக்குகிறது. அத்தகைய நிறுவனங்களின் உற்பத்தி நிகழ்விலிருந்து உரிமையாளர்கள் ஏற்கெனவே முழுவதும் விலகி நிற்கிறார்கள்; பங்குதாரர்களுக்கு வட்டியும் பங்கும் தருவதன்றி அவர்களுக்கு அந்நிறுவனங்களோடு வேறு எந்த இணைப்புமில்லை. தொழிலாளர்களாலும் பணியாளர்களாலும் உற்பத்தி நடைபெறுகிறது. அவை முழுவதுமாக சமூக உடைமையாவதால் அவர்களின் வேலை மாறப்போவதில்லை. எனவே மிக மிகப் பெரிய நிறுவனங்களை உடனடியாகக் கைப்பற்றிக் கொள்ளலாம்.

சிறு நிறுவனங்களில், அதிலும் குறிப்பாக உடமையாளரே உற்பத்தியில் ஒரு முக்கிய பங்குவகிக்கும் போது, நிலைமை வேறு. தொழிலாளி வர்க்க அரசின் தொடக்க காலத்தில் பெரிய

எண்ணிக்கையிலான தனித்தனி சிறு சிறு ஆலைகளை மேற்பார்வை செய்வது என்பது சிரமமானது, உண்மையில் அது சாத்தியமானதல்ல. நகர தொழிற்சாலைகள் மற்றும் சிறுபண்ணைகள் உள்ளிட்ட இத்தகைய சிறு சிறு நிறுவனங்களை மேற்பார்வையிட மையப்படுத்தப்பட்ட வழிமுறைகளை உருவாக்குவது தேவைப் படுகிறது.

இந்த திசைவழியில் என்ன நடவடிக்கைகளை எடுக்கலாம்? முதலாவதாக கூட்டுறவு முறையை ஊக்குவிப்பதே பொதுவான வழிமுறையாகும். இதன்மூலம் சிறு உற்பத்தியாளர்கள் பொதுவாக உற்பத்தி செய்வதற்குக் கற்றுக்கொள்கிறார்கள்; பல சிறுசிறு உற்பத்தி அலகுகள் இடத்தில் ஓர் உற்பத்தி அலகு இருக்கும். சிறு உடைமையாளர்களைப் பொறுத்தவரை இந்த உறவு குறித்து ஏங்கல்ஸ் இப்படி எழுதினார்:

> "அவர்களின் தனிப்பட்ட உற்பத்தியையும் தனிப்பட்ட உடைமையையும் கூட்டு உற்பத்தியாகவும் கூட்டு உடைமையாகவும் மாற்றுவதே நமது முதற்பணியாக இருக்கும். இந்த மாற்றம் பலவந்தமானதாக இருக்கக்கூடாது; ஆனால், முன்னுதாரணத்தின் மூலமாகவும் சமூக உதவி வழங்குவதன் மூலமாகவும் நடைபெற வேண்டும்." - *(மார்க்சிசத்தின் கையேடு, பக். 564)*

ஆக, "இந்த மாற்றம் பலவந்தமானதாக இருக்கக்கூடாது; முன்னுதாரணத்தின் மூலமாகவும் சமூக உதவி வழங்குவதன் மூலமாகவும் நடைபெற வேண்டும்" என்பதே சோசலிச சமூகத்தைக் கட்டமைப்பதற்கான மார்க்சிய அணுகுமுறையின் முக்கியமான அடிப்படையாகும். உண்மைதான், கடந்த பகுதியில் சொல்லியுள்ளது போல முந்தைய ஆளும் வர்க்கம் மாறியுள்ள நிலைமைகளை அமைதியாக ஏற்றுக்கொள்ளாது; முந்தைய அமைப்பை மீட்டெடுப்பதற்கான முயற்சியில் வர்க்கப் போராட்டத்தைத் தன்னால் இயன்றளவு நீண்ட காலம் முன்னெடுக்கும்; எனவே அத்தகைய தாக்குதல்களைச் சந்தித்து வீழ்த்த தொழிலாளி வர்க்கத்திற்கு வலுவான ஓர்அரசு இயந்திரம் தேவைப்படுகிறது. ஆனால், புதிய சமூகத்தைக் கட்டமைப்பது என்பது ஒரு பொருளாதார நடவடிக்கையேயன்றி பலத்தைப் பயன்படுத்த அல்ல.

ஆக, ஒன்று புரிகிறது; முந்தைய ஆளும் வர்க்கத்தின் எதிர்ப்பை முறியடித்தவுடன் வங்கிகள், இரயில்வே, மற்றும் தொழிலிலும் வர்க்கத்திலும் "மிக உச்சத்தில் இருக்கிற பெரும் நிறுவனங்கள்" மீது தொழிலாளி வர்க்கம் தன் கட்டுப்பாட்டை நிறுவுமேயன்றி

அனைத்துத்தொழில் மற்றும் வர்த்தகத்தையும் கையகப்படுத்தாது. புரட்சி நடந்த மறுநாளே சோசலிசத்தை ஏற்றுக்கொள்ளுமாறு அனைவரையும் கட்டாயப்படுத்தாது. எனவே புரட்சித் தீ சோசலிசத்தை உடனடியாக சாதித்துவிடவில்லை, சாதிக்கவும் முடியாது. ஆனால், சோசலிசத்தைக் கட்டுவதற்கான அதிகாரத்தைக் கைப்பற்றுகிறது. அனைத்து உற்பத்தியும் விநியோகமும் சோசலிச அடிப்படையில் அமைவதற்கும் சோசலிச சமூகத்தைக் கட்டுவதற்கும் நீண்ட காலம்பிடிக்கும்.

உற்பத்தியை தனியார் உடைமையிலிருந்து கைப்பற்றி அதன் பயன் சமூக முழுமைக்கும் சென்றடைவதே சோசலிசத்தின் முதன்முதல் முக்கியமான இயல்பாகும். ஆனால், மார்க்சிய அடிப்படையும் அல்லது இந்த இயல்பும் ஒர் அறநெறி "கொள்கை" அல்ல. உற்பத்தி கருவிகள் தனியார் வசம் இருப்பது உற்பத்தியைச் சுருக்குகிறது. மனிதன் உருவாக்கிய உற்பத்தி சக்திகளின் முழு பயன்பாட்டைத் தடுக்கிறது. எனவே தடைகளை விலக்கிட உடைமையை சமூகம் முழுமைக்கானதாக மாற்றுவதே ஒரே வழியாகும்; உற்பத்தி சக்திகளை உணர்வோடு, திட்டமிட்டு மேம்படுத்துவது அடுத்த நடவடிக்கையாகும்.

இந்த வளர்ச்சி, 1917இல் ரஷ்யா இருந்ததைப் போல, தொழிலில் பின்தங்கியுள்ள நாடுகளில் மட்டும் தேவைப்படுகிறது என்று சிந்திப்பது சரியல்ல. "ஒட்டுமொத்த உற்பத்தி சக்திகளை எவ்வளவு விரைவாக முடியுமோ அவ்வளவு விரைவாக வளர்ப்பதற்கு .... பாட்டாளி வர்க்கம் தனது அரசியல் மேன்மையைப் பயன்படுத்தும்" என்று எழுதுகிற போது மார்க்ஸ் வளர்ந்த நாடுகளை மனதில் கொண்டிருந்தார். மார்க்ஸ் காலத்தில் தொடங்கி இன்றுவரை உற்பத்திசக்திகள், உதாரணமாக பிரிட்டனில், பிரமாண்டமாக வளர்ந்திருக்கிறது என்றாலும் இவ்வளர்ச்சி இன்றைய அறிவியல் வளர்ச்சியோடு ஒப்பிடுகிறபோது உண்மையில் வளர்ச்சியல்ல. இந்த பின்னடைவிற்கு முதலாளித்துவ அமைப்பே காரணம் - பொருளாதார நெருக்கடிகள் தொடர்ச்சியாக உற்பத்தியை தடைசெய்வதே காரணம்; முதலாளித்துவத்தின் கீழ், ஒருபுறம் உற்பத்தி சந்தைக்கானதாக இருக்கிறது. ஆனால், மறுபுறம் முதலாளித்துவம் சந்தையைக் கட்டுப்படுத்துகிறது. இதன் விளைவாக உற்பத்தி சக்திகளின் வளர்ச்சி கட்டுப்படுத்தப்படுவது ஒரு காரணம்; தொழில்நுட்ப கண்டுபிடிப்புகளை ஏகபோகம் வாங்கி, அவை பரவலாக பயன்படுவதை தடை செய்கிறது; ஆக, உற்பத்தி திட்டமிட்ட ஒன்றாக இல்லாததால் வளர்ச்சி முறையானதாக இல்லாமல் போவதும் காரணம்; முதலாளித்துவம்

வேளாண்மையைத் தனித்தும் பின்னடைவானதாகவும் வைத்திருப்பது காரணம்; எதிர் குழுக்களுக்கிடையிலான போருக்கும் காலனி மக்களுக்கு எதிரான போருக்கும் ஏராளமான செல்வத்தை முதலாளித்துவம் மடைமாற்றம் செய்வது காரணம்; முதலாளித்துவம் மனித உழைப்பையும் மூளை உழைப்பையும் பிரித்து வைப்பதால் கண்டுபிடிப்புகள் மடைதிறந்த வெள்ளமென பாயாததும் காரணம்; பெருமளவிலான மனித ஆற்றல் வர்க்கப் போராட்டத்தில் செலவாவதும் காரணம்; முதலாளித்துவம் லட்சக் கணக்கான மக்களை வேலையற்றவர்களாக வைத்திருப்பதும் காரணம்.

ஆதலால், ஆலைகள், சுரங்கங்கள், மின்நிலையங்கள், இரயில்வே, வேளாண்மை மற்றும் மீன்பிடித் தொழில் ஆகியவற்றை கூடுதல் உற்பத்தியை ஈட்டும் வகையில் மீட்டெடுக்க இயலும்; மீட்டெடுக்க வேண்டும். மக்களின் வாழ்க்கைத் தரத்தை உயர்த்துவதே இதன் நோக்கம்.

பிரிட்டனில் உற்பத்தியாகும் அனைத்தையும் அனைவருக்கும் சமமாகப் பிரித்துக்கொடுப்பதால் தொழிலாளிகளின் வாழ்க்கைத்தரத்தில் எம்மாற்றமும் ஏற்படாது என்பது சோசலிச எதிரிகளின் பொதுவான வாதங்களில் ஒன்று. இது உண்மையாக இருப்பினும் - ஆனால், உண்மையல்ல. மார்க்சின் சோசலிச கோட்பாட்டிற்கும் இதற்கும் எந்த தொடர்புமில்லை. நினைத்துப் பார்க்காத அளவிற்கு உற்பத்தியை உயர்த்தும் சோசலிசம் என்று மார்க்ஸ் கணித்தார். ரஷ்யாவில் தொழில் உற்பத்தி, போருக்கு முந்தைய காலத்தைக்காட்டிலும், 1938இல் எட்டு மடங்கு அதிகரித்தது; இவ்வுயர்விற்கு, சார் மன்னன் காலத்தில் ரஷ்யா பின்தங்கி இருந்ததல்ல காரணம், வளர்ச்சி பெற்றுள்ள பிரிட்டனிலும் பிரமாண்டமான வளர்ச்சியை காணமுடியும். உற்பத்தியின் இந்த வளர்ச்சியும், அதன் காரணமான மக்களின் வாழ்க்கைத்தர வளர்ச்சி, அதன் அடிப்படையில் மக்களின் அறிவாற்றல் மற்றும் பண்பாட்டுத்தரம் ஆகியவை அமைகின்றது.

ஆனால், முழுமையான மேம்பாட்டிற்கு திட்டமிட்ட உற்பத்தி தேவைப்படுகிறது. முதலாளித்துவ சமூகத்தில், கூடுதல் லாபம் கிடைக்குமென்றால் ஒரு குறிப்பிட்ட பொருள் உற்பத்தியை உயர்த்துகிற தொழிற்சாலைகள் கட்டப்படுகின்றன. கூடுதல் லாபம் கிடைக்கும் என்பது அப்பொருளுக்கு மக்கள் மத்தியில் தேவையிருக்கிறது என்று பொருளல்ல. செல்வம் படைத்த ஒரு சிறு மக்கள் பகுதியில் அப்பொருளுக்கான கிராக்கி இருக்கலாம்; அல்லது சில தனிப்பட்ட சூழலின் விளைவாக அப்பொருளின்

விலை உயரலாம். லாபம் மட்டுமே உந்துசக்தியாக இருக்கிறபோது கட்டுப்பாடு அற்றதாகவே உற்பத்தி இருக்கும். இதன் விளைவாக ஒருதிசையில் மிகை உற்பத்தியும் மறுதிசையில் குறைவான உற்பத்தியும் எப்போதும் இருக்கிறது.

சோசலிச சமூகத்தில் உற்பத்தி லாபத்திற்காக இல்லாமல் மக்கள் பயன்பாட்டிற்காக இருப்பதால் திட்டமிட்ட உற்பத்தி சாத்தியமாகிறது. தொழிற்சாலைகள் முழுவதுமாக சமூகமயமாவதற்கு முன்னரேகூட இது சாத்தியப்படுகிறது. முக்கிய நிறுவனங்கள் சமூகமயமானவுடன், மற்றவை ஏறக்குறைய ஒழுங்கமைக்கப்பட்டவுடன் ஒவ்வொரு ஆண்டும் கூர்மையாக வளர்ச்சியடைகிற உற்பத்தியை திட்டமிட முடியும்.

பொருளாதார தளத்தில், உற்பத்திக் கருவிகள் சமூக உடைமையாவதையும், உற்பத்திசக்திகளும் திட்டமிட்ட உற்பத்தியும் வேகமாக வளர்வதையும் குறிப்பதாக சோசலிசத்தை மார்க்ஸ் பார்த்தார் என்பதை நாம் காண்கிறோம். திட்டமிட்ட உற்பத்தி என்பதன் காரணமாகவே, உற்பத்தி கருவிகள் எப்போதும் வளர்ந்த போதும் சோசலிசத்தின் கீழ் மிகை உற்பத்தி இருப்பதில்லை.

உற்பத்திக்கான தேசிய திட்டமிடல், இரு பகுதிகளைக் கொண்டிருக்கிறது. கட்டிடம், இயந்திரம், கச்சாப் பொருட்கள் மற்ற பிற உற்பத்தி கருவிகளுக்கான திட்டமிடல் ஒரு பகுதி; உணவு, உடை மட்டுமின்றி கல்வி, உடல்நல சேவைகள் பொழுது போக்கு, விளையாட்டு மற்றும் இதர நுகர்வு பொருட்கள் மற்றும் நிர்வாகம் ஆகியவை குறித்த திட்டமிடல் இன்னொரு பகுதி. இராணுவத்திற்கான தேவை இருக்கிறவரையில் அதுவும் திட்டமிடலில் இடம் பெறும்.

ஒரு போதும் மிகை உற்பத்தி இருக்காது. ஏனெனில் நுகர்வு பொருட்களின் ஒட்டுமொத்த உற்பத்தியும் மக்களுக்கு விநியோகிக்கப்படுகிறது. அதாவது, ஒட்டுமொத்த கூலியும் மற்றும் அனைத்து வகை மான்யங்களும் நுகர்வுப் பொருட்களின் விலைக்கு சமமாக இருக்கும் வண்ணம் நிர்ணயிக்கப்படுகிறது. திட்டமிடலில் சில தவறுகள் நேரக்கூடும்; மக்களின் தேவையைக்காட்டிலும் கூடுதலான சைக்கிள்களோ அல்லது காலணிகளோ உற்பத்தியாகிவிடலாம்; ஆனால், அந்தத் தவறை அடுத்து வருடத்தில் நேர் செய்து விடலாம். பொருட்களின் உற்பத்திகளுக்கு இடையில் ஏற்படும் ஏற்றத்தாழ்வை சரி செய்வது தவிர இது வேறொன்றும்இல்லை.

நுகர்வுப் பொருட்களின் ஒட்டுமொத்த உற்பத்தியைக் காட்டிலும் ஒட்டுமொத்த உற்பத்தி ஒரு போதும் குறைந்துவிடாது. இவற்றின்

திட்டமிட்ட உற்பத்தி வளர்கிறபோது திட்டமிட்ட விநியோகமும் வளர்கிறது.

இவை மக்களிடையே பொருட்களாகப் பகிரப்படுவதில்லை. மக்களுக்குப் பணம் கூலி அல்லது மான்யமாகப் பகிர்ந்தளிக்க இயந்திரம் பயன்படுத்தப்படுகிறது. நுகர்வுப் பொருட்களின் விலைகள் நிலையானதாக வைக்கப்படுவதால் ஒட்டுமொத்தக் கூலியையும் மான்யத்தையும் ஒட்டுமொத்த நுகர்வுப் பொருட்களின் விலைக்கு நிகரானதாக்க இயலும். உற்பத்திக்கும் நுகர்விற்கும் இடையில் ஒருபோதும் வேறுபாடு இருப்பதில்லை. அதாவது உற்பத்தியாகும் ஒவ்வொன்றும் மக்களுக்குக் கிடைக்கிறது. உற்பத்தியில் உயர்வு என்றால் மக்களுக்குக் கிடைக்கும் பொருட்களின் அளவு உயர்கிறது என்று பொருள்; எனவே மக்களின் நுகர்வு உயர்கிறது என்று பொருள்.

சோசலிச சமூகத்தில் விலை வகிக்கும் பாத்திரம் பல சமயங்களில் தவறாகப் புரிந்துகொள்ளப்படுகிறது. முதலாளித்துவ சமூகத்தில் விலையில் ஏற்படும் மாற்றம் என்பது கிராக்கிக்கும் விநியோகத்திற்கும் - supply and demand - இடையிலான உறவைக் குறிக்கிறது. விலை உயர்ந்தால் தேவைக்கேற்ப சரக்கு வரத்து இல்லை என்று பொருள்; விலை குறைந்தால் தேவையைக் காட்டிலும் கூடுதலாக சரக்கு சந்தைக்கு வந்துள்ளது என்று பொருள். ஆக, உற்பத்தியைக் கட்டுப்படுத்தும் ஒன்றாக விலைகள் இருக்கின்றன. ஆனால், சோசலிச சமூகத்தில் விலை நுகர்வோடு தொடர்புடையதாக இருக்கிறது; திட்டமிடலுக்கேற்ப உற்பத்தி நடைபெறுகிறது. உற்பத்தி முழுவதும் நுகரப்படும் வகையில் விலைகள் நிர்ணயம் செய்யப்படுகின்றன.

உற்பத்தியாகிற பொருட்கள் மக்களிடையே எப்படி பகிர்ந்தளிக்கப்படுகிறது? சமமாகப் பகிர்ந்தளிக்கப்படும் என்பது மார்க்சின் நிலைப்பாடு என்று எண்ணுவது தவறான புரிதலாகும். ஏன் சமமாகப் பகிர்ந்தளிக்கக் கூடாது? ஏனெனில் சோசலிச சமூகம் சூன்யத்திலிருந்து உருவாவதில்லை. மாறாக அது, முதலாளித்துவத்தின் வழியாகப் பெற்ற அடித்தளத்தின் மீது கட்டப்படுகிறது. சமமாகப் பகிர்வு என்பது சராசரியைவிட உயர்வான வாழ்க்கைத் தரத்தைக் கொண்டிருக்கும் ஒவ்வொருவருக்கும் தண்டனையாக அமையும்; சமூகத்தைப் பொறுத்தவரை உற்பத்தியை வளர்ப்பதில், திறன்பயிற்சி பெறாதவர்களின் பணியைக் காட்டிலும் கூடுதல் முக்கியத்துவம் வாய்ந்த பணியாற்றும் திறன்பயிற்சி பெற்றவர்களுக்கு அது தண்டனையாக இருக்கும். முதலாளித்துவத்தால் உருவாகியுள்ள

சமமற்ற சூழ்நிலைமைகளின் அடிப்படையில் அமையும் சமத்துவம் நியாயமற்றதாக, அநீதியாக இருக்கும். இது குறித்து மார்க்ஸ் மிகத் தெளிவுடன் இப்படி குறிப்பிட்டார்: " உரிமை என்பது சமமானதாக இருக்க முடியாது, சமமற்ற ஒன்றாகவே இருக்கவேண்டும்...... சமூகத்தின் பொருளாதார நிலைமைகளுக்கும், அதனால் கட்டுப்படுத்தப்பட்ட பண்பாட்டு மேம்பாட்டிற்கும் மேலானதாக ஒருபோதும் நீதி இருக்க முடியாது."

முதலாளித்துவ சமூகம் முடிவுறும் சமயத்தில் மனிதர்கள் உண்மையில் சமமற்றவர்களாக இருக்கின்றனர். ஆக, சமமற்ற அணுகுமுறையே புதிய சமூகத்தில் நியாயமானதாக இருக்கும். சமூகத்திற்காக உழைப்பவர்களுக்கு மட்டுமே சமூகம் இந்த முன்னுரிமையை வழங்கும். எனவே "உழைக்காதவன் உண்ண முடியாது" ("He that does not work, neither shall he eat"). சமூகத்திற்குக் கூடுதல் பயன்தரும் வகையில் பணியாற்றுகிற ஒருவனுக்கு உயர்வான வாழ்க்கைத் தரம் வழங்கப்படும் என்பதும் இதன் மூலம் தெளிவாகிறது. நுகர்விற்கான ஒட்டுமொத்த உற்பத்தி பொருட்களும் பின்வரும் அடிப்படையில் பகிர்ந்தளிக்கப்படும். 'ஒவ்வொருவர் இடமிருந்தும் அவரவர் சக்திக்கேற்ப (உழைப்பு) பெறப்படும், அவரவர் உழைப்பிற்கேற்ப (ஊதியம்) வழங்கப்படும்.'

முதலாளித்துவத்திலிருந்து சோசலிசம் பிறக்கிறபோது இருக்கிற அதே நிலைமை அப்படியே நீடிப்பதில்லை; சோசலிசம் உற்பத்தியை ஒவ்வோராண்டும் உயர்த்துகிறது; அதேசமயம் தொழில்நுட்பத் திறனையும் மக்களின் பண்பாட்டு மேம்பாட்டையும் உயர்த்துகிறது. கூலியிலுள்ள ஏற்றத்தாழ்வு - திறன்பயிற்சியும் மேம்பட்ட பண்பாடும் உள்ளவர்கள் திறன்பயிற்சியற்றவர்களைக் காட்டிலும் கூடுதல் பெறுகின்றனர் - ஒவ்வொருவரும் அவரவர் தகுதியை வளர்த்துக்கொள்வதற்கு ஊக்கத்தொகையாக இருக்கிறது. ஆக, கூடுதல் திறன் என்றால் கூடுதல் உற்பத்தி என்று பொருள் - இதன் சுழற்சியாக ஒவ்வொருவரின் வாழ்க்கைத்தரம் உயர்கிறது. எனவே சோசலிச சமூகத்தில் உள்ள ஏற்றத்தாழ்வு ஒட்டுமொத்த சமூக நிலையை உயர்த்தும் நெம்பு கோலாக உள்ளது.

மாறாக, முதலாளித்துவ சமூகத்தில் அது ஒரு சிலரின் செல்வத்தைப் பெருக்கும், பெருவாரியான மக்களின் வறுமையை அதிகரிக்கும் ஒரு கருவியாகச் செயல்படுகிறது.

இந்த அசமத்துவம் எதிர்வரும் சமூகத்தில் நிலையானதாக இருக்கும் என்று மார்க்ஸ் கருதினாரா? இல்லை, சோசலிச சமூக வளர்ச்சிப் போக்கின் ஒரு கட்டத்தில் மக்களுக்கு அவர்களின்

தேவைக்கேற்ப பகிர்ந்தளிக்க வேண்டிய தேவை இருக்காது. ஒவ்வொருவரின் தேவைக்கேற்ப கொடுக்கும் அளவிற்கு உற்பத்திஇல்லை என்பதையே உழைப்பிற்கேற்ப பகிர்வு அல்லது அதைப் போன்ற கோட்பாடு சுட்டிக்காட்டுகிறது. முதலாளித்துவ சமூகத்தில், குடும்பத்திலுள்ள உறுப்பினர்கள் அனைவருக்கும் தேவைக்கேற்ப ரொட்டி கொடுக்குமளவிற்கு வசதி படைத்த ஒரு குடும்பம் 'ஒவ்வொருவரும் அவரவர் தேவைக்கேற்ப எடுத்துக்கொள்ளலாம்' என்ற கோட்பாட்டின் அடிப்படையில் ஒரு துண்டு ரொட்டியையும் கொடுப்பதில்லை. சோசலிச சமூகத்தில் அனைத்து குடிமக்களும் தேவைக்கு ஏற்ப எடுத்துக் கொள்ளும் அளவிற்கு உற்பத்தி வளர்கிறபோது, ஒவ்வொருவரும் எவ்வளவு எடுத்துக்கொள்ளலாம் என்பதற்கு அளவீடோ தடையோ இருப்பதில்லை. அந்த கட்டம் உருவாகிறபோது "சக்திக்கேற்ற உழைப்பு, தேவைக்கேற்ற ஊதியம்" என்ற அடிப்படையில் உற்பத்தியும் விநியோகமும் இருக்கின்றன.

இந்த புள்ளியில் கம்யூனிசத்தை சோசலிசத்திலிருந்து வேறுபடுத்தி பார்க்க இயலும். மார்க்ஸ் பயன்படுத்திய பொருளில் சோசலிசம் என்பது முதற்கட்டம்; இக்கட்டத்தில் உற்பத்திக் கருவிகள் மக்களின் பொது உடைமையாக இருப்பதால் மனிதனை மனிதன் சுரண்டுவது என்பதற்கு இனியெங்கு இடமில்லை; இது, திட்டமிட்ட உற்பத்தி மூலம் ஒவ்வொருவரும் அவரவர் தேவைக்கேற்ப பெறலாம் என்ற நிலையை தேசத்தின் உற்பத்தி எட்டுவதற்கு, முந்தைய கட்டம்.

கம்யூனிச நிலை என்பது பொருளாய நிறைவு மட்டுமல்ல அதற்கும் மேலானது. தொழிலாளி வர்க்கம் ஆட்சி அதிகாரத்தைக் கைப்பற்றி சோசலிச மாற்றம் தொடங்கியதுமுதல் மக்களின் பார்வையிலும் மாற்றம் ஏற்படத் தொடங்குகிறது. முதலாளித்துவத்தின் கீழ் இறுக்கமாக இருந்த அனைத்துத் தடைகளும் பலவீனமடைந்து இறுதியில் நொறுங்கும். பெற்றோரின் சமூகநிலையும் வருமானமும் எதுவாக இருந்த போதும் அனைத்துக் குழந்தைகளுக்கும் கல்வி உள்ளிட்ட அனைத்து வாய்ப்புகளும் சமமாக வழங்கப்படும். சாதிய வேறுபாடு இருக்காது. குழந்தைகள் கைகளையும் தங்கள் மூளையையும் பயன்படுத்த கற்றுக்கொள்வர். உடல் உழைப்பிற்கும் மூளை உழைப்பிற்கும் இடையிலான இந்த சமத்துவம் அனைத்து மக்கள் மத்தியிலும் பரவும். ஒவ்வொருவரும் "அறிவு ஜீவியாகிற" போது அறிவு ஜீவிகள் தங்களை உடல் உழைப்பிலிருந்து விலக்கிக் கொள்வதில்லை.

பெண்கள் பலவீனமானவர்கள் என்றோ சமூக வாழ்க்கையின் ஒவ்வொரு தளத்திலும் பங்கேற்க இயலாதவர்கள் என்றோ இனி பார்க்கப்படுவதில்லை. பணியாற்றுவதற்கு ஏதுவாக அவர்களுக்கு வசதிகள் செய்துதரப்படுகின்றன. தாய்மார்கள் கூடுதல் சுதந்திரத்தோடு இருக்க ஆலைகளிலும் குடியிருப்புப் பகுதிகளிலும் மற்ற பிற பணியிடங்களிலும் குழந்தைகள் காப்பகங்கள் ஏற்படுத்தப் படுகின்றன. சமூகசமையல், உணவகங்கள், சலவையகங்கள் மூலம் இல்லதரசிகளுக்கு வீட்டு வேலை எளிதாக்கப்படுகிறது. பெணகள் வேலை பார்க்கவேண்டும் என்று கட்டாயம் இல்லை. ஆனால், அவர்கள் பணியாற்ற வசதிசெய்து தரப்படுகிறது.

தேசிய இனங்களுக்கு இடையிலான தடைகள் நீக்கப்படுவதால் சோசலிச சமூகத்தில் இன, நிற அடிப்படையில் எவரும் ஏற்றத்தாழ்வாக நடத்தப்படுவதல்லை. அனைத்து தேசிய இனங்களும் தங்களின் பொருளாதார வளங்களை, இலக்கிய பண்பாட்டு பாரம்பரியத்தை மேம்படுத்திக் கொள்வதற்கு உதவி அளிக்கப்படுகிறது.

பாராளுமன்றத்திற்கு ஐந்தாண்டிற்கொருமுறை பிரதிநிதியைத் தேர்ந்தெடுக்க வாக்கு அளிப்பதோடு ஜனநாயகம் சுருக்கப்படுவதில்லை. ஒவ்வொரு ஆலையில், ஒவ்வொரு பணியிடங்களில், ஒவ்வொரு குடியிருப்புப் பகுதிகளில், வாழ்க்கையின் ஒவ்வொரு அம்சங்களில் ஆண்களும் பெண்களும் தங்கள் வாழ்க்கையை, தேசத்தின் தலைவிதியைத் தாங்களே தீர்மானிக்கிறார்கள். மேலும் மேலும் கூடுதலான மக்கள் பொது வாழ்க்கையின் ஏதோவொரு தளத்தில் ஈர்க்கப்படுகிறார்கள்; பிறருக்கும், தாங்களே தங்களுக்கும் உதவிடும்வகையில் பொறுப்பளிக்கப்படுகிறார்கள். எங்குமில்லாத, மேலும் உண்மையான, மேலும் முழுமையான ஜனநாயகமாக இது இருக்கிறது.

கிராமத்திற்கும் நகரத்திற்கும் இடையிலான வேறுபாடு உடைக்கப்படும். கிராமப்புறத் தொழிலாளிகள் இயந்திரங்களை இயக்கக் கற்றுக்கொண்டு தங்களுடைய தொழில் நுட்பத்திறனை நகர்ப்புறத் தொழிலாளிக்கு ஈடானதாக உயர்த்துகின்றனர். தொடக்கத்தில் நகரங்களில் மட்டுமிருந்த கல்வி மற்றும் பண்பாட்டு வசதிகளும் வாய்ப்புகளும் கிராமங்களிலும் வளரும்.

ஒரு வார்த்தையில் சொல்வதானால், பொருளிய நிலைமைகளில் சோசலிசம் ஏற்படுத்துகிற மாற்றங்களின் அடிப்படையில் ஆண்கள் மற்றும் பெண்களின் பார்வையிலும் மேம்பாட்டிலும் மிகப் பெரிய

மாற்றங்கள் நிகழ்கின்றன. எதனையும் செய்ய இயலும் வண்ணம் பன்முக வளர்ச்சி பெற்றவர்களாக, பன்முகப் பயிற்சி பெற்றவர்களாக மக்கள் இருப்பார்கள்.

எல்லாவற்றிற்கும் மேலாக, முதலாளித்துவம் வளர்த்தெடுத்த, தனிநபரை முன்னிறுத்தும் சுயநல பார்வைக்கு மாற்றாக சமூக பொறுப்புமிக்க உண்மையான சமூக பார்வை ஏற்படுகிறது; இதைத்தான் மார்க்ஸ், "உழைப்பு என்பது வாழ்வாதாரத்திற்கான கருவியாக மட்டுமல்லாது, அதுவே வாழ்வின் முதல் தேவையாகவும் இருக்கிறது" என்று குறிப்பிட்டார். சமூக வளர்ச்சியின் அந்த கட்டத்தில், கம்யூனிச சமூகத்தில், உழைப்பதற்கு ஊக்கத் தொகையும் ஊக்கமும் தேவை இருக்காது. ஏனெனில் அந்நாளைய ஆண்களுக்கும் பெண்களுக்கும் சமூக மேம்பாட்டை மேலும் முன்னெடுக்க தங்கள் பங்கை ஆற்ற வேண்டும் என்ற பார்வையன்றி வேறெந்த பார்வையும் இருக்காது.

இது கற்பனையானதா? மார்க்சிசத்தின் பொருள்முதல்வாத அடிப்படையை புரிந்துகொள்ளாதவர்களுக்கு மட்டுமே இது கற்பனையானதாக இருக்கும். மனித இனத்திற்கு என்றென்றைக்கும் நிரந்தரமான இயல்புகளும் பார்வைகளும் இருப்பதில்லை. சமீப காலம்வரை அதே வடிவத்தில் நீடித்திருக்கிற புராதன பழங்குடி சமூகத்தில் சமூக பொறுப்புணர்வு மிக அதிகமாக இருக்கிறது. வர்க்கங்களாக சமூகம் பிளவுபட்ட பிற்கால சமுதாயத்தில் சமூக பொறுப்புணர்வு சிதறிவிட்ட போதிலும் வர்க்க நலன் மீதான பொறுப்புணர்வு நிலவியது. முதலாளித்துவ சமூகத்தில் சமூக பொறுப்புணர்வு மிகவும் சீரழிந்திருக்கிறது; இந்த அமைப்பு "ஒவ்வொருவரும் தனக்காக" என்பதை வாழ்வின் முக்கியக் கோட்பாடாக ஆக்கியுள்ளது.

முதலாளித்துவ அமைப்பிற்குள்ளும், தொழிலாளிகளுக்கு மத்தியில் ஒற்றுமை உணர்வு - பொது நல உணர்வு - என்ற பொதுவான பொறுப்புணர்வு இருக்கிறது. இந்த கருத்து எவரோ சிந்தித்து தொழிலாளிகளின் சிந்தனையில் திணிக்கப்பட்டதல்ல; இது, உழைக்கும் வர்க்கத்தின் பொருளாய வாழ்நிலைமையிலிருந்து முகிழ்த்தது. உழைக்கும் மக்கள், ஒரே வழிமுறையில் தங்களின் வாழ்வாதாரத்தைப் பெறுகிறார்கள் என்ற உண்மையிலிருந்து எழுந்தது. சமூக உணர்வு மிக்க தொழிலாளி ஒருபுறம் என்றால் மறுபுறம் சமூக உணர்வு அல்லது கூட்டுப் பொறுப்புணர்வு அற்ற, தனிமனித உணர்வு கொண்ட முதலாளி இருக்கிறான்; இவனைச்சுற்றி தங்கள் பிழைப்பிற்கான போட்டியில் ஒருவரையொருவர் கொல்கிற போட்டியாளர்கள் இருக்கிறார்கள். மேலாதிக்க வர்க்கத்தின்

சிந்தனை- ஒற்றுமைக்குப் பதில் போட்டியும் பகைமையும் கொண்ட சிந்தனை - தொழிலாளிகள் மத்தியில், குறிப்பாக ஏதோ சில சலுகைகளுக்காக முதலாளிகளால் தெரிவு செய்யப்படுகிற தொழிலாளிகள் மத்தியில் பரவுகிறது. ஆனால், பொருளாய வாழ்நிலையே - வாழ்வாதாரத்தைப் பெறுகிற வழிமுறை - ஒருவர்க்கத்தின் (தனிநபர்களிலிருந்து வேறுபட்ட) பார்வைக்கான அடிப்படையாக இருக்கும்.

ஆக, மக்கள் வாழ்வாதாரத்தைப் பெறுகிற வழிமுறையின் பொருளாய நிலைமைகளை மாற்றுவதன் மூலம் மக்களின் பார்வையை மாற்ற முடியும் என்பது தெளிவாகிறது. சோவியத்யூனியன் விவசாயிகளின் பார்வையில் ஏற்படுத்தப்பட்ட மாற்றம் இதற்கான மிகச் சிறந்த உதாரணமாகும். சார் மன்னன் காலத்திய ரஷ்ய விவசாயிகள் குறித்து எழுதிய ஒவ்வொருவரும் அவ்விவசாயிகள் சுயநலமிக்க தனிமனித சிந்தனை உடையவர்கள் என்றே விவரித்தனர். விவசாயிகளை சோசலிசத்தின் பக்கம் திருப்ப முடியாது என்றும் விவசாயிகளைக் கொண்டுபுரட்சியை உடைக்கமுடியும் என்றும் புரட்சியை விமர்சித்தவர்கள் திடமாகச் சொன்னார்கள். அவர்களின் முந்தைய வாழ்நிலைமைகளால் மிகக் குறுகிய பார்வை கொண்ட விவசாயிகளை, வாதப்பிரதிவாதங்கள் மூலமோ அல்லது வலுக்கட்டாயமாகவோ சோசலிசத்திற்கு மாற்ற முடியாது என்பது உண்மைதான். இந்த விமர்சிப்பாளர்கள் மார்சிஸ்ட்களாக இல்லாததால் அவர்களால் ஒன்றை புரிந்து கொள்ள முடியவில்லை; ஒரு 'மாதிரி' (கூட்டுப்)பண்ணையோ, ஒரு டிராக்டர்நிலையமோ அருகில் இருந்தால் பெருமளவு விவசாய முறை (large scale method) மூலம் கூடுதல்விளைச்சலைப் பெற முடியும் என்பதை நடைமுறையிலேயே அவ்விவசாயிகள் காணமுடியும் என்பதை விமர்சிப்பாளர்களால் புரிந்துகொள்ள முடியவில்லை. தனித்தனி நில எல்லைகளை உடைத்து கூட்டு விவசாயத்திற்கு ஏதுவான இயந்திரம் மற்றும் தொழில்நுட்பம் நோக்கி அவர்கள் வெல்லப்பட்டனர். இதன் விளைவாக அவர்களின் தனிமனித பார்வை உடைக்கப்பட்டது. இப்போது அவர்கள் கூட்டாக வாழ்வாதாரம் என்ற அடிப்படைக்கு மாறியிருக்கிறார்கள்; கூட்டு பொறுப்புணர்வுமிக்க கூட்டு விவசாயம் செய்யும் புதுவகை விவசாயிகளாக மாறியிருக்கிறார்கள். சமூகப் பார்வை என்பதை நோக்கிய பயணத்தில் கூட்டு பொறுப்புணர்வு ஒரு மைல்கல்லாகும்.

சமூக மயமான உற்பத்தியும் விநியோகமும் ஒரு நாட்டில் பொருளாய அடிப்படையாக இருக்கிற போது, ஒட்டுமொத்த சமூகத்திற்காக உழைப்பதன் மூலம் அனைத்து மக்களும் தங்கள்

வாழ்வாதாரத்தைப் பெறுகிற போது, சமூக பொறுப்புணர்வு இயற்கையாக மேம்படும்; சமூக கோட்பாடுதான் சரியான கோட்பாடென்று மக்களிடம் மெய்பித்துக் காட்ட வேண்டிய தேவையினி இல்லை. ஆசைகள் உள்ளார்ந்த மனித இயல்பு. இந்த உள்ளுணர்வைக் காட்டிலும் சமூக உணர்வு மேலானது என்று கருத்தியலாக மெய்ப்பிக்க வேண்டிய கேள்வி எழவில்லை; சமூக உணர்வு மனிதனின் இயல்பான உணர்வாக நடைமுறையில் பழக்கத்தில் மாறும்.

இதுகாறும் சோசலிச அல்லது கம்யூனிச சமூகம் உலக அளவில் ஏற்படுத்தும் விளைவுகள் குறித்து கவனத்தில் கொள்ளவில்லை. மார்க்ஸ் காட்டிய ஒட்டுமொத்த சோசலிச சமூகத்தில் போர்களுக்கு இடமில்லை. ஒவ்வொரு நாட்டிலும் உற்பத்தியும் விநியோகமும் சோசலிச அடிப்படையில் இருக்கிற போது பிற நாடுகளை வெல்ல வேண்டுமென்ற அக்கறை எந்த ஒரு நாட்டிலும் எந்த ஒரு குழுவிற்கும் சிறிதளவும் இருக்காது. ஒரு முதலாளித்துவ நாடு ஒப்பீட்டளவில் பின்தங்கிய ஒரு நாட்டை ஏன் வெற்றி கொள்கிறது? அந்நாட்டில் முதலாளித்துவ அமைப்பை விரிவாக்குவதற்கு; நிதி மூலதன குழுக்கள் லாபகரமான முதலீடு செய்வதற்கு பல புதிய வாய்ப்புகளை உருவாக்குவதற்கு; இரயில்வே மற்றும் துறைமுகத் துறைகளில் புதிய ஒப்பந்தங்களைப் பெறுவதற்கு; புதிய சந்தைகள் மற்றும் மலிவாக கச்சாப் பொருட்களையும் பெறுவதற்கான புதிய ஆதாரங்களை வெல்வதற்கு. ஆனால், தொழில் ரீதியாக வளர்ச்சி பெற்ற ஒரு சோசலிச நாடு பின்னடைந்த ஒரு நாட்டை படைகொண்டு வெற்றி பெறுவது என்பது கேலிக்குரியது; பின்தங்கிய நாட்டிற்கு சோசலிச விரிவாக்கம் என்பது வளர்ச்சி பெற்ற சோசலிச நாட்டு மக்களின் வாழ்க்கைத் தரத்தை குறைப்பதாகும். போர் வேண்டாம் என்பது ஏதோ அறநெறி என்பதல்ல; சோசலிச சமூகங்கள் போரை உருவாக்குவதில்லை, ஏனெனில் அவர்களுக்கோ அல்லது அவர்களைச் சார்ந்த குழுக்களுக்கோ போரால் எந்த லாபமுமில்லை.

இதே காரணத்திற்காகத்தான் ஒரு பின்தங்கிய நாட்டின் முன்னேற்றத்தைத் தடுப்பதில் எந்த சோசலிச அரசும் அக்கறை காட்டுவதில்லை. மாறாக, ஒவ்வொரு நாடும் தொழில் மற்றும் கலாச்சார ரீதியாக மேம்படுவது அனைத்து சோசலிச நாடுகளுக்கும் நல்லதாகும். ஏனெனில் உலகெங்கும் மக்களின் வாழ்க்கைத்தரம் உயருகிறபோது வாழ்வு மேலும் பொருள் உள்ளதாக மாறுகிறது. எனவே தொழில் வளர்ச்சி பெற்ற சோசலிச நாடுகள் மிகவும் பின்தங்கிய நாடுகள் வளர்ச்சி பெறுவதற்கு உதவுமே அன்றி

அந்நாடுகளின் வளர்ச்சியை ஒருபோதும் தடுக்காது, எவ்வகையிலும் அவற்றை சுரண்டாது.

அத்தகைய உலக சோசலிச அமைப்பில் கற்பனைக்கும் எட்டாத உயரத்திற்கு மனிதன் மேலும் முன்னேறுகிறான். ஒவ்வொரு நாட்டிலும் அனைத்து பொருளாதார நடவடிக்கைகளும் திட்டமிட்டதாக இருக்கிறபோது, ஒவ்வொரு நாட்டின் திட்டங்களும் ஓர் உலக திட்டத்தால் ஒன்றிணைகிறபோது, ஒவ்வொரு நாட்டின் பண்பாட்டுச் சாதனைகளும் மற்றும் அனைத்து அறிவியல் மற்றும் தொழில்நுட்ப கண்டுபிடிப்புகளும் அனைத்து நாடுகளுக்குமிடையில் உடனுக்குடன் பரிமாறிக்கொள்வதன் மூலம் மனிதன் பிரமாண்டமான முன்னேற்றத்திற்கு அடி எடுத்து வைக்கிறான்.

எதை நோக்கி இப்பயணம்? அறிவியல் பூர்வமாக முன்னறிவிப்புச் செய்திட புதிய நிலைமைகளைப் பற்றி முழுமையாக அறியாத காரணத்தால் அது குறித்து முன்கூட்டிச் சொல்ல மார்க்ஸ் ஒருபோதும். முயற்சிக்கவில்லை. ஆனால், ஒன்று தெளிவு: உலகெங்கும் கம்யூனிசம் ஏற்படுத்தப்படுகிற போது வர்க்கப் பிரிவுகள் மற்றும் வர்க்கப் போராட்டங்களின் நீண்ட மனிதகுல வரலாறு முடிவுற்றாக வேண்டும். கம்யூனிச சமூகத்தில் வர்க்கப் பிரிவுகள் எழுவதற்கு வாய்ப்பேதும் இல்லாத காரணத்தால் புதிய வர்க்கப் பிரிவுகளுக்கு இடமில்லை. மனித உற்பத்திக் குறைவாக இருந்த காலகட்டத்தில் உயர்வான உற்பத்தி சக்திகளைத் திரட்டுபவர்களுக்கும் கண்டுபிடிப்பவர்களுக்கும் வர்க்கப் பிரிவினை உதவியாக இருந்தது; வர்க்கப் பிரிவினை முதலாளித்துவத்தின் கீழ் இப்பணியை தொடர்ந்ததோடு உற்பத்தியை மையப்படுத்தவும் பெருமளவில் தொழில்நுட்பம் வளர்வதற்கும் உதவியது.

நாள் ஒன்றிற்கு சில மணி நேரம் மட்டும் உழைத்தால் போதும் என்றளவில் பிரமாண்டமான உற்பத்தி சக்திகள் மனிதன் வசப்படும் நிலையில் வர்க்கப் பிரிவினை முடிவிற்கு வரும், வந்தாகவேண்டும். அப்புள்ளி முதல் தனக்குச் சாதகமான நிலையில் மனிதன் இயற்கை உடனான தன்னுடைய போராட்டத்தை மீண்டும் தொடர்கிறான். மாயத்தால் இயற்கையை வெல்லவும் அல்லது பிரார்த்தனை மூலம் இயற்கை பேரழிவுகளைத் தவிர்க்கவும் இனிமேலும் முயற்சிக்காமல், போர்களிலும் வர்க்கப் போராட்டங்களிலும் தன் பயணத்தை இனி திசைத் திருப்பாமல் இயற்கையைக் கட்டுப்படுத்தவும் முன்னேறவும் தனக்குள்ள ஆற்றல் மீது மனிதன் நம்பிக்கை கொள்கிறான் - இவன்தான் மார்க்ஸ் கண்ட கம்யூனிச சமூக மனிதன்.

❐

பகுதி–7

இயற்கை குறித்த மார்க்சியப் பார்வை

மனித இனத்தையும் மனித சமூகத்தையும் இயற்கையின் ஒரு பகுதியாக மார்க்சியம் கருதுகிறது என்று ஏற்கெனவே சொல்லப்பட்டுள்ளது. எனவே மனிதனின் தோற்றத்தை உலக வளர்ச்சிப் போக்கின் ஓரங்கமாகப் பார்க்க வேண்டும்; உயிர்களின் பரிணாம வளர்ச்சியின் ஒரு கட்டத்தில் மனிதன் தோன்றினான். சிந்தனையும் செயலும் மனித குல வளர்ச்சியின் ஒரு கட்டத்தில் தோன்றின. உணர்வற்ற யதார்த்தமான பொருள், சிந்தை என்ற உணர்வு தோன்றுவதற்கு முன்பாகவே தோன்றியிருக்கிறது என்பது இதன் மூலம் தெளிவாகிறது. அதாவது பொருள் என்பது புற உலக யதார்த்தமாக சிந்தனைக்கு அப்பால் இருக்கிறது. இயற்கை குறித்த இந்தப் பார்வை பொருள்முதல்வாதம் என்று அழைக்கப்படுகிறது.

பொருள்முதல்வாத பார்வைக்கு நேரெதிராக, 'உலகம் யதார்த்தமானதல்ல, அது மனித சிந்தனையில்தான் இருக்கிறது அல்லது பேருண்மை என்ற பரம்பொருளின் சிந்தனையில் இருந்து தோன்றுகிறது' என்ற பார்வை உள்ளது. இப்பார்வை கருத்துமுதல்வாதம் என்று அழைக்கப்படுகிறது. கருத்துமுதல்வாதம் பல வடிவங்களில் இருக்கிறது. ஆனால், அனைத்தும், 'மனித சிந்தை அல்லது இறைவனின் சிந்தனையே முதன்மையானது என்றும் பொருள் என்பது புற உலக யதார்த்தமாக இருப்பினும், அது கருத்திற்குப் பிந்தியதுதான்' என்று உறுதிபட சொல்கின்றன.

மார்க்சியவாதிகளுக்கு, "இயற்கையை எவ்வித நிபந்தனையுமின்றி இயற்கையாகவே கருதுவதுதான் பொருள்முதல்வாத உலகப் பார்வை" என்கிறார் ஏங்கல்ஸ். புற உலகை நாம் உணர்ந்தாலும் உணராவிட்டாலும் அது நம் சிந்தனைக்கு அப்பால் நிஜ யதார்த்தமாக உள்ளது. அதன் இயக்கமும் வளர்ச்சியும் பொதுவான விதிகளுக்குக் கட்டுப்பட்டவையே தவிர எவர் கருத்தாலும் நடப்பவையல்ல. மனிதனால் அறியவும் பயன்படுத்தவும் கூடியவை இவ்விதிகள்.

இதற்கு மாறாக கருத்துமுதல்வாதம், புற உலக யதார்த்தமான பொருளை இரண்டாம் நிலை (கருத்துக்குப் பிந்திய) யதார்த்தமாகக் கருதுகிறது; மேலும் அப்படி ஏதேனும் ஒரு வகையில் யதார்த்தமாக இருப்பினும் அந்த யதார்த்தத்தை நாம் அறிய முடியாது என்றும் நாம் ஒரு போதும் அறிய முடியாத 'மர்மங்கள்' நிறைந்தது

இவ்வுலகம் என்றும் கருதுகிறது.

பொருள்முதல்வாதத்திற்கும் கருத்துமுதல்வாதத்திற்கும் இடையிலுள்ள சர்ச்சைக்குரிய வேறுபாடு ஏன் முக்கியமானதாக இருக்கிறது? ஏனெனில் அது கருத்தியல் சிந்தனை மற்றும் ஊகம் குறித்ததல்ல; அது செயல்பாடு குறித்த கேள்வியாகும். மனிதன் இயற்கையின் மீது கவனம் செலுத்துவதோடு நின்று விடவில்லை, அதை மாற்றுகிறான்; அதனோடு தன்னையும் மாற்றிக்கொள்கிறான்.

அடுத்து, பொருள்முதல்வாதம் என்கிறபோது மனித சிந்தனையிலும் உணர்விலும் புற உலக யதார்த்தம் இருக்கிறது என்று பொருள்படுகிறது; பொருட்களின் பிரதிபலிப்பாகவே கருத்துகள் இருக்கின்றன, பொருட்கள் கருத்தின் தோற்றுவாய். இப்படி சொல்வதால் அனைத்துக் கருத்துகளும் பொருட்களின் அல்லது நிஜ உலக யதார்த்தத்தின் உண்மையான மிகச் சரியான பிரதிபலிப்புக்கள் என்று சொல்வதாகாது; யதார்த்தம் குறித்த உண்மையான அனுபவமே உண்மையை அறிந்து கொள்வதற்கான உரைகல்லாகும்.

மாறாக, கருத்துமுதல்வாதி நித்தியமான இறை கொள்கைகள் மீது நம்பிக்கைக் கொள்கிறான், அவற்றை நிஜத்தோடு பொருத்திப் பார்க்கக் கவலைப்படுவதில்லை. இன்றைய பிரச்சனைகள் மீது முழுமையான சமாதானம் என்ற நிலைப்பாடு இதற்கான உதாரணமாகும். முழுமையான சமாதானவாதி தன்னைச் சுற்றியுள்ள நிஜ உலகை புறந்தள்ளிவிடுகிறான்; இன்றைய நாளில் நிஜ வாழ்க்கை அனுபவத்தில் ஓர் எதிர்ப்பாற்றலை நல்லெண்ணம் மூலம் எதிர்கொள்ள முடியாது என்பதை ஒரு சமாதானவாதி ஒரு பொருட்டாகக் கருதுவதில்லை; நிஜ வாழ்க்கை அனுபவத்தில் எதிர்ப்பின்மை நம்மீது மேலும் கொடூரமான அடக்குமுறையைக் கொண்டுவரும் என்று அவன் கருதுவதில்லை. தனக்கொரு தத்துவப் பார்வை இருக்கிறது என்று உணராதிருப்பினும் அவனது சமாதானத்தின் அடிப்படையாக ஒரு கருத்துமுதல்வாதியின் உலக பார்வையும் புற உலக நிஜத்தின் மீதான அவநம்பிக்கையும் இருக்கின்றன.

எனவே மார்க்சியம் தனது அனைத்து கோட்பாடுகளுக்கும் பொருள்முதல்வாத உலகப் பார்வையை அடிப்படையாகக் கொண்டுள்ளது. இந்த நிலைப்பாட்டிலிருந்து உலகை ஆய்வு செய்கிறது. உலகையும் - மனிதன் உலக யதார்த்தத்தின் ஒரு பகுதி என்பதால் - மனித சமூகத்தின் இயக்கத்தையும் கட்டுப்படுத்துகிற பொது விதிகளை கண்டு கொள்கிறது. தனது அனைத்து கண்டுபிடிப்புகளையும், முடிவுகளையும் நிஜ அனுபவங்களோடு

உரசிப் பார்க்கிறது, உண்மை நிலவரங்களோடு பொருந்தாத முடிவுகளையும் கோட்பாடுகளையும் மாற்றிக் கொள்கிறது அல்லது கைவிடுகிறது.

உலகம் (மனித சமூகத்தை எப்போதும் உள்ளடக்கிய) குறித்த இந்த அணுகுமுறை சில பொதுவான அம்சங்களை வெளிக்கொணர்கிறது. இவை நிஜம் அன்றி எந்த சிந்தனையாலும் திணிக்கப்படவில்லை; மார்க்சிய பார்வை என்பது அறிவியல் பூர்வமாக யதார்த்தத்திலிருந்து உருவானதே அன்றி சிறந்த சிந்தனையாளரால் கண்டுபிடிக்கப்பட்ட ஓர் அமைப்பல்ல. இதன் காரணமாக, உலகை ஒரு பொருளியல் யதார்த்தமாகப் பார்ப்பதோடு 'இயக்கவியல்' என்ற கோட்பாடு வரையறுக்கிற சில குணாம்சங்களை உலகம் கொண்டிருப்பதாகவும் மார்க்சியம் பார்க்கிறது. மார்க்சிய உலக பார்வையை விவரிக்கிற "இயக்கவியல் பொருள்முதல்வாதம்" என்ற சித்தாந்தம் புரிந்துகொள்ள கடினமானது என்று பொதுவாக கருதப்படுகிறது. ஆனால், அது நிஜ உலகத்தின் பிரதிபலிப்பு என்பதால் அதனை புரிந்துகொள்வது உண்மையில் கடினமில்லை. ஒவ்வொருவரும் அறிந்துள்ள சாதாரணங்களை விவரிப்பதன் மூலம் "இயக்கவியல்" என்ற பதத்தை விளக்க இயலும்.

முதலாவதாக, இயற்கையோ அல்லது மனித சமூகத்தை உள்ளடக்கிய உலகமோ ஒன்றுக்கொன்று தொடர்பற்ற, முழுமையாக தனித்தனியானவற்றால் ஆனதல்ல. ஒவ்வொரு அறிவியலாளரும் இதனை அறிவர்; அவர்கள் ஆய்வு செய்கிற ஒரு குறிப்பிட்ட பொருள் மீது தாக்கம் செலுத்துகிற முக்கியமான காரணிகளுக்குக் கூட இதிலிருந்து விலக்கு அளிப்பது எளிதல்ல. நீர் என்பது நீர்தான்; ஆனால், நீரின் வெப்ப நிலையை ஒரு குறிப்பிட்ட நிலைக்கு உயர்த்துகிற போது நீர் நீராவியாக மாறுகிறது; அதன் வெப்ப நிலையை குறைக்கிற போது ஒரு கட்டத்தில் பனிக்கட்டியாகிறது; அனைத்துவகை பிற காரணிகள் அதன் மீது தாக்கத்தை ஏற்படுத்துகிறது. எல்லாவற்றையும் ஆய்வு செய்கிற போது எதுவும் வேறெதனையும் சாராமல் தனித்திருப்பதில்லை என்பதை ஒவ்வொரு சாதாரண மனிதனாலும் அறிய முடிகிறது; ஒவ்வொன்றும் பிறவற்றைச் சார்ந்திருக்கிறது என்பதை அறியமுடிகிறது.

உண்மையில் பொருட்கள் ஒன்றையொன்று சார்ந்திருக்கும் தன்மை மிகத் தெளிவாகத் தெரிவதால் அது கவனம் பெறவேண்டிய அவசியம் ஏதுமில்லை என்று தோன்றும். ஆனால், பொருட்களுக்கு இடையிலான இந்த பரஸ்பர தொடர்பை மக்கள் எல்லா

நேரங்களிலும் அறிவதில்லை. ஒரு குறிப்பிட்ட சூழலுக்குப் பொருந்துவது வேறொரு சூழலுக்குப் பொருந்த வேண்டியதில்லை என்பதை அவர்கள் அறிவதில்லை; இதனால் ஒரு சூழலில் உருவாகிற கருத்தை முற்றிலும் வேறுபட்ட வேறொரு சூழலுக்கு எப்போதும் பொருத்திப் பார்க்கிறார்கள். பேச்சுரிமை குறித்த இத்தகைய அணுகுமுறையை எடுத்துக் கொள்வோம். பொதுவாக, நிகழ்ச்சிப் போக்குகள் மீதான தங்கள் கருத்துகளை சொல்வதற்கு மக்களுக்கு பேச்சுரிமை உதவுகிறது. ஜனநாயகம் தழைக்க உதவுகிறது, இதன் காரணமாக சமூக மேம்பாட்டிற்கு உதவுகிறது. ஆனால், பாசிசத்திற்கான பேச்சுரிமை, ஜனநாயகத்தை அழிப்பதற்கான பேச்சுரிமை வேறு வகையானது; அது சமூக மேம்பாட்டிற்குத் தடையாக உள்ளது. பேச்சுரிமை விதிமுறைகளை எத்தனை முறை திருத்தி அமைத்தாலும் ஜனநாயகத்தை இலக்காகக் கொண்டவர்களுக்குச் சரியெனப்படுகிற விதிமுறைகள் ஜனநாயகத்தை சீர்குலைத்து அழிக்க நினைக்கிற பாசிசவாதிகளுக்கு சரி என்றிருக்காது.

உலகில் நிலையானது எதுவுமில்லை, ஒவ்வொன்றும் இயங்குகிறது, மாறுகிறது, வளர்கிறது அல்லது அழிகிறது; மேம்படுகிறது அல்லது தேய்கிறது - இதுவே இயக்கவியல் அணுகுமுறையின் பார்வையாகும். அனைத்து அறிவியல் அறிவும் ஞானமும் இதை உறுதி செய்கின்றன. பூமி தொடர்ந்து மாறிக் கொண்டிருக்கிறது. உயிரினங்களில் இது இன்னும் தெளிவாகத் தெரிகிறது. எனவே உண்மை குறித்த எந்த அறிவியல் ஆய்வும் எல்லாம் மாறிக்கொண்டிருக்கின்றன என்பதை கணக்கில் கொள்ள வேண்டியது அவசியம்; எது ஒன்றும் நித்தியமானது, எப்போதும் நிரந்தமானது என்ற அடிப்படையில் அணுகக்கூடாது.

சொல்கிறபோது மிகத்தெளிவாகத் தெரிகிற இந்த அம்சம் குறித்து விளக்க வேண்டிய அவசியம் என்ன? ஏனெனில் குறிப்பாக மனித சமூகம் குறித்தும், அதன் காரணமாக தனித்தனி ஆண்கள் மற்றும் பெண்கள் குறித்தும் மனிதன் இந்த அணுகுமுறையை பின்பற்றுவதில்லை. லாபத்திற்கான உற்பத்தி என்பது மனித சமூகத்தின் நிரந்தரமான அம்சமல்ல என்பதை புறந்தள்ளுகிறவர், அது நடைமுறைக்கு வந்தது, வளர்ந்தது, இப்போது அழிந்து கொண்டிருக்கிறது என்பதை ஏற்கமறுக்கிறவர் மேற்சொன்ன இயக்கவியல் அணுகுமுறையைக் கைக்கொள்வதில்லை. உண்மையில், எங்கெனும் காணக்கூடிய ‘எது எப்படியிருந்ததோ அது அப்படியே இருக்கிறது’ என்ற சித்தாந்தம் தனிமனிதன் மற்றும் சமூக வளர்ச்சிக்குத் தடையாக உள்ளது.

ஒவ்வொன்றும் மாறிக்கொண்டிருக்கிறது, வளர்ந்து கொண்டிருக்கிறது அல்லது அழிந்து கொண்டிருக்கிறது என்ற தெளிவான புரிதலிலிருந்து இன்னொன்றும் தெளிவாகிறது. எல்லாமே எப்போதும் மாறிக்கொண்டிருப்பதால் நாம் அக்கறை கொள்கிற ஒவ்வொன்றும் வளர்ச்சிப்போக்கில் எந்த நிலையை அடைந்திருக்கிறது என்பதை அறிந்து கொள்வது மிகமிக நடைமுறை முக்கியத்துவம் வாய்ந்தது. ஒரு விவசாயி ஒரு பசுவை வாங்கும்பொழுது இதனை நன்கறிந்திருக்கிறான்; ஒருவர் வீடு வாங்குகிறபோது இதனை மனதில் கொள்கிறான்; நடைமுறை வாழ்வின் எளிய நிகழ்வுகளில் இப்பொதுவிதியை எவரும் புறந்தள்ளுவதில்லை.

ஆனால், மனித நிறுவனம் என்று வருகிறபோது குறிப்பாக உற்பத்தி அமைப்பு மற்றும் அதைச் சார்ந்த கருத்தோட்டங்கள் என்று வருகிறபோது துரதிருஷ்டவசமாக இப்பொதுவிதி கருத்தில் கொள்ளப்படுவதில்லை.

பொருட்களின் பரஸ்பர தொடர்பும் பொருட்களின் தொடர்ந்த இயக்கமும் நிஜ உலகின் வெளிப்படையான அம்சமாக குறிக்கப்பட்டுள்ளது. இயக்கவியல் அணுகுமுறை குறிப்பிடுகிற மூன்றாவது அம்சம் அவ்வளவு எளிதாக வெளிப்படுவதில்லை. எனினும் அதைப் பற்றி பேசுகிற போது அதனை எளிதாக அறிந்து கொள்ளமுடிகிறது.

அந்த மூன்றாவது அம்சம் என்ன? ஒவ்வொன்றும் மாறுகிறது வளர்கிறது என்கிறோம்; ஆனால், அவ்வளர்ச்சி எப்போதும் சீரான படிப்படியான வளர்ச்சியாக இருப்பதில்லை, மாறாக சில கட்டத்தில் அது கூர்மையான பாய்ச்சலாக இருக்கிறது. சீரான படிப்படியான வளர்ச்சி நீண்ட காலத்திற்கு நடைபெறும், அக்காலகட்டத்தில் ஒரு குறிப்பிட்ட குணாம்சத்தில் மட்டும் மாற்றம் நடைபெறுகிறது. மீண்டும் நீரை உதாரணமாக எடுத்துக் கொள்வோம்; நீரின் வெப்ப நிலையை உயர்த்துகிற போது நீரின் வெப்பம் உயர்கிறதே அன்றி நீரின் அனைத்து பொதுவான குணாம்சங்களும் நீடித்து நீர் நீராக இருக்கிறது. அதுபோல வெப்ப நிலை குறைக்கப்படும் போது நீரின் வெப்பம் குறைந்தாலும் நீர் நீராகவே உள்ளது.

எனினும் இந்த மாற்றத்தின் ஒரு குறிப்பிட்ட கட்டத்தில் அதாவது கொதிநிலையில் அல்லது உறைநிலையில் நீரின் குணம் முற்றாக மாறுகிறது; அதற்குப் பின்னர் நீர் நீராக இருப்பதில்லை, நீராவியாகவோ அல்லது பனிகட்டியாகவோ மாறிவிடுகிறது. நிஜ உலகின் இந்த அம்சம் குறிப்பாக வேதியியலில் வெகு தெளிவாகத் தெரிகிறது.

மனித சமூகத்தில், அடிப்படை குணாம்சத்தில் எந்த மாற்றமும் ஏற்படுத்தாமல் வெகு நீண்ட காலத்திற்குப் படிப்படியான மாற்றம் நிகழ்கிறது; ஒரு கட்டத்தில் மாற்றத்தின் வேகத்தில் சட்டென்று ஒரு முறிவு ஏற்பட பாய்ச்சல் மாற்றம் - புரட்சி- நிகழ்கிறது; சமூகத்தின் பழைய வடிவம் அழிக்கப்பட்டு புதிய வடிவம் உருவாகி அது தனக்கு உரிய மேம்பாட்டு நிகழ்முறையைத் தொடங்குகிறது. உதாரணமாக, உள்ளூர் நுகர்விற்கான உற்பத்தி நடைபெறுகிற நிலப்பிரபுத்துவ சமூகத்தில் உபரி பொருட்களை விற்பதும் வாங்குவதும் சந்தைக்கான உற்பத்திமுறை நோக்கி இட்டுச் செல்கிறது, அதாவது முதலாளித்துவ உற்பத்தி முறைக்கு இட்டுச் செல்கிறது. இந்த மாற்றம் மெல்ல மெல்ல படிப்படியாக வளர்ச்சியாக இருந்தது; ஆனால், வளர்ச்சி பெற்ற முதலாளித்துவ வர்க்கம் ஒரு கட்டத்தில் நிலப்பிரபுத்துவத்தோடு மோதி அதனை தூக்கி எறிந்தது, உற்பத்தியின் குணாம்சத்தை முற்றிலுமாக மாற்றியது; நிலப்பிரபுத்துவம் இருந்த இடத்தில் முதலாளித்துவம் அமர்ந்து கொண்டது; கூடுதல் புயல் வேகத்திலான வளர்ச்சி தொடங்கியது.

உலகில் எதற்கும் மாற்றத்திலிருந்து விதிவிலக்கில்லை என்று ஏற்கெனவே பார்த்தோம், இம்மாற்றத்திற்கான காரணம் குறித்த கோட்பாடு இயக்கவியலின் நான்காவது அம்சமாகும். பொருட்கள் எளிமையானதல்ல என்றும் ஒரே ஒரு குணாம்சம் மட்டும் கொண்டதல்ல என்றும் இயக்கவியல் அணுகுமுறை சுட்டிக்காட்டியுள்ளது. ஒவ்வொன்றும் தன்னுள் தனது நேர்மறை அம்சத்தையும் எதிர்மறை அம்சத்தையும் கொண்டுள்ளது; ஒவ்வொன்றும், மேலும் மேலும் மேலாதிக்கம் பெறுகிற நிலைமாற்றும் சக்தியையும் அதேசமயம் மேலாதிக்கத்தை இழந்து வருகிற நிலைநிறுத்தும் சக்தியையும் தன்னுள் கொண்டுள்ளது. ஒரு சக்தி எப்போதும் வளர்கிறது, மற்றொரு சக்தி அவ்வளர்ச்சியை எதிர்க்கிறது. இவ்விரு எதிர்மறைகளுக்கு இடையிலான முரண்பாடே- நிலைநிறுத்தும் சக்தியின் மேலாதிக்கத்தை அழித்திட நிலைமாற்றும் சக்தியின் போராட்டம் மற்றும் நிலைமாற்றும் சக்தியின் வளர்ச்சியை எதிர்த்த மேலாதிக்க சக்தியின் போராட்டம் இவ்விரு போராட்டத்திற்கு இடையிலான முரண்பாடு - மாற்றம் நிகழ்வதற்கான காரணம்; இம்மாற்றம் இறுதியில் வன்முறையாக வெடிக்கிறது.

மனித சமூகத்தில் இதனை தெளிவாகக் காணமுடியும். ஒவ்வொரு வரலாற்று கட்டத்திலும் வர்க்கப்பிரிவுகள் இருந்துள்ளன, அவற்றுள் ஒரு வர்க்கம் வளர்ந்து வந்தது, வேறொரு வர்க்கம்

தேய்ந்து வந்தது. நிலப்பிரபுத்துவ சமூகத்தை எடுத்துக்கொண்டால் முதலாளித்துவம் தோன்றி வளர்ந்து நிலப்பிரபுத்துவத்தோடு மேலும் மேலும் மோதியது. அது போலத்தான் முதலாளித்துவ சமூகத்திலும்; "எதிர்காலத்தை தன் கையில் ஏந்தியுள்ள" தொழிலாளி வர்க்கம் வளரும் சக்தியாக உள்ளது. முதலாளிகள் வர்க்கம் வளர்கிறபோது தொழிலாளி வர்க்கமும் வளர்கிறது. இவ்விரு வர்க்கங்களுக்கிடையிலான மோதல் வளர்கிறது. முதலாளித்துவ உள்முரண்பாடான இம்மோதலும் மற்றும் வர்க்கங்களாக பிரிக்கப்பட்டதால் எழுந்த போராட்டங்களும் கூர்மையான மோதலான புரட்சிக்கு இட்டுச்செல்கின்றன.

இப்பொழுது "இயக்கவியல் பொருள்முதல்வாதம்" என்ற சொற்றொடர் முன்வைக்கிற பல்வேறு கருத்துகளை ஒரு சேர பார்க்கலாம். இயக்கவியல் பொருள்முதல்வாத பார்வையில் நிஜ உலக யதார்த்தம் அல்லது ஒவ்வொரு பொருளும் நமது உணர்வுகளுக்கு அப்பால் இருக்கிறது; பொருட்கள் தனித்தனியானவையல்ல, மாறாக ஒன்றோடொன்று தொடர்பு உடையவை; அனைத்தும் மாறா நிலையிலிருப்பதில்லை, வளர்ந்துகொண்டும் அழிந்து கொண்டும் இயங்கிக் கொண்டிருக்கின்றன; ஒரு கட்டம்வரை படிப்படியானதாக இருக்கிற இவ்வளர்ச்சி பாய்ச்சல் வேகத்தில் நிகழ்கிறபோது புதியதொன்று தோன்றுகிறது; உள்முரண்பாட்டின் காரணமாக இந்த வளர்ச்சி நிகழ்கிறது; வளர்ச்சியில் ஏற்படும் இம்முறிவு அழியும் அம்சத்தை வளரும் அம்சம் வெற்றி கொள்வதாகும்.

உலகம் குறித்த இந்தப் பார்வையே மற்ற பிற தத்துவ பார்வையிலிருந்து மார்க்சியத்தை வேறுபடுத்திக் காட்டுகிறது. "இயக்கவியல் பொருள்முதல்வாதம்" என்பது நிஜ உலகத்திற்கு அப்பால் வலிந்து தோற்றுவிக்கப்பட்ட உலகப்பார்வை அல்ல. மாறாக, மனிதனின் அறிவார்ந்த அனுபவக்குவியலிலிருந்து உருவான இப்பார்வை உலகை மிகமிகச் சரியாக வியாக்கியானம் செய்கிறது. அது புற உலகில் இருக்கும் காரணத்தால் மார்க்சியவாதியின் சிந்தனையில் இருக்கிறது. இது பொருட்கள் குறித்த யதார்த்தமான மிகச் சரியான பார்வையாகும்.

அறிவியல் கண்டுபிடிப்புகள் மேலும் மேலும் இதனை உறுதிப்படுத்துகின்றன; இயக்கவியல் அடிப்படையில் இயற்கையை அணுகுகின்ற அறிவியலாளர்கள், அவ்வணுகுமுறை புதிய உண்மைகளை வெளிக்கொணர்வதாகவும் விளக்கமுடியாததாக கருதப்பட்டவற்றை விளக்குவதாகவும் அறிகிறார்கள். இன்றைய மனிதகுல வளர்ச்சிநிலையில் இயக்கவியல் பொருள்முதல்வாத

பார்வை என்பது மனித சமூகத்தைப் பொறுத்தவரை மிகச்சிறந்த முக்கியத்துவம் கொண்டதாகும்.

மனித சமூக வளர்ச்சி குறித்தும் அவ்வளர்ச்சியிலிருந்து எழுகிற கருத்துகள் குறித்தும் மார்க்சிய பார்வைக்கும் மார்க்சியமற்ற பார்வைக்கும் இடையிலுள்ள வேறுபாடுகளைக் காட்டுகிற உதாரணங்கள் இந்த பகுதியில் கொடுக்கப்பட்டுள்ளன. பிற பகுதியில் பல உதாரணங்கள் உள்ளன. ஆனால், இயற்கையின் யதார்த்தம் குறித்த புரிதல் என்பது ஆண்கள் பெண்களின் வாழ்க்கை மற்றும் செயல்கள் பொறுத்தவரை நடைமுறை முக்கியத்துவம் கொண்டது. எனவே அதனை நெருக்கமாக ஆய்வு செய்வது பயன்மிக்கது.

புற உலக யதார்த்தமான பொருள் முந்தியது, கருத்து அதற்குப் பிந்தியது, பொருளில் இருந்து கருத்து உருவாகிறது என்று பொருள்முதல் பார்வை சொல்வதாக மேலே குறிப்பிடப்பட்டது. எனவே இதன் மூலம், மனிதனின் பௌதீக இருப்பும் அதைத் தக்கவைக்கும் வழிகளும் மனிதன் தன் வாழ்க்கை குறித்தும் மற்றும் வாழ்க்கை முறை குறித்தும் உருவாக்கும் கருத்துகளுக்கு முந்தியவை என்று தெளிவாகிறது. வேறு வார்த்தைகளில் சொல்வதானால், தத்துவத்திற்கு முன்பாக நடைமுறை வருகிறது. மனிதன் தன் வாழ்வு குறித்த கருத்துகளை அமைத்துக் கொள்வதற்கு முன்பாகவே நீண்டகாலம் வாழ்ந்திருக்கிறான். ஆனால், மனிதன் கருத்துகளை மேம்படுத்தியபோது அவை அவன் நடைமுறையோடு இணைந்தன; அதாவது நடைமுறையும் தத்துவமும் இணைந்து பயணித்தன. இது தொடக்ககாலத்திற்கு மட்டுமல்ல அனைத்து காலகட்டத்திற்கும் பொருந்தும். மனிதன் தன் வாழ்வாதாரத்தைப் பெறுகிற செயல்முறைகள் அவனது கருத்துகளுக்கான அடிப்படையாக இருக்கின்றன. அவனது அரசியல் கருத்துகளும் அவ்வாறே வேர்கொள்கின்றன; உற்பத்தி முறையை பாதுகாக்கிற நடைமுறைகளிலிருந்து அவர்களின் அரசியல் நிறுவனங்கள் உருவாகின்றனவே அல்லாமல் கருத்தியல் கொள்கைகளின் அடிப்படையிலல்ல. ஒவ்வொரு யுகத்திலும் இருக்கும் (உற்பத்தி) நடைமுறையின் பிரதிபலிப்பாகவே அந்தந்த நிறுவனங்களும் கருத்துகளும் இருக்கின்றன. அவற்றிற்கென்று தனிப்பட்ட இருப்போ, வரலாறோ கிடையாது. உற்பத்தி முறை மாறுகிற போது அதைச் சார்ந்து நிறுவனங்களும் கருத்துகளும் மாறுகின்றன. பழைய வழக்கத்தின் இடத்தைப் புதிய வழக்கம் எடுத்துக் கொள்கிறது, புதிய கருத்துகள் எழுகின்றன.

ஆனால், முந்தைய கருத்துகளும் நிறுவனங்களும் புதியதின் ஊடே நீடிக்கின்றன. அரச குலத்திற்கும் பிரபுவம்சத்திற்கும் மதிப்பளிப்பது போன்ற நிலப்பிரபுத்துவ சிந்தனைகள் முதலாளித்துவ இங்கிலாந்தில் இன்றும் முக்கிய பங்காற்றுகின்றன. அதேசமயம் முதலாளித்துவ உற்பத்தி முறையிலிருந்து எழுந்த கருத்துகளும் இருக்கின்றன; பிறப்பால் பிரபுவாக இல்லாத செல்வம் படைத்தவரை மதிப்பது போன்ற சற்று மாறுபட்ட பழைய சிந்தனைகளும் இருக்கின்றன. அத்தோடு சோசலிச கருத்துகளும் - முதலாளித்துவத்தின் கீழ் உற்பத்தி மேலும் சமூகமயமாவதாலும், மேலும் ஒன்றையொன்றை சார்ந்த கூட்டுச் செயல்பாடாகவும் மாறுவதால் உண்டாகும் சோசலிச கருத்துகள் - இருக்கின்றன. ஆக, இன்றைய சமூகத்தில் இந்த மூன்று வகையான கருத்துகளும் நிலவுகின்றன; இவற்றில் எந்த ஒன்றும் என்றென்றும் இறுதியானதாக, பொருந்தக்கூடியதாக இருப்பதில்லை.

எனினும் இதன் பொருள், அனைத்தும் முழுமையானதல்ல என்று அவற்றை மார்க்சியம் ஒரு சேர பார்க்கிறது என்பதல்ல. மார்க்சியம் நிலப்பிரபுத்துவ கருத்துகளை முழுமையாக முடிந்து போனவையாகப் பார்க்கிறது; முதலாளித்துவ கருத்துகள் செல்வாக்கை இழந்து வருவதாகவும், சோசலிச கருத்துகள் செல்லத்தக்கவையாக ஆகிவருவதாகவும் மார்க்சியம் பார்க்கிறது. நிஜ உலக யதார்த்தத்திற்கு அவை பொருந்தியிருப்பதை 1917 நவம்பர் முதல் நேரடி அனுபவத்திலிருந்து சோதித்து அறிய முடிகிறது. மிகப்பெரிய, சிக்கல் நிறைந்த நவீன உற்பத்தி இயந்திரங்களை லாபத்திற்காக அல்லாமல் அனைத்து மக்களும் பயனுறும் வகையில் அமைக்க முடியும் என்ற முக்கிய சிந்தனை நடைமுறையில் உறுதிபடுத்தப்பட்டுள்ளது. இதன் பொருள், உற்பத்தியில் பிரமாண்ட வளர்ச்சி, நெருக்கடி இல்லாமல் செய்வது மற்றும் மக்களின் வாழ்க்கைத் தரம் தொடர்ச்சியாக உயர்வது என்று அனுபவம் காட்டியிருக்கிறது. அதாவது சமூகப் பொருளாதார வளர்ச்சியின் உண்மைகளிலிருந்து அறிவியல்பூர்வமாக மார்க்ஸ் கண்டுபிடித்த சோசலிச கருத்துகள் 1917 வரை அறிவியல் அனுமானமாக, கருதுகோளாக இருந்தது; இன்று அவை உண்மை என்று அனுபவம் உறுதிபடுத்தி இருக்கிறது.

மார்க்சிய பார்வை கொண்ட ரஷ்ய கம்யூனிஸ்ட் கட்சியின் உணர்வுபூர்வமான செயல்பாடு பழைய அமைப்பைத் தூக்கி எறிந்து புதிய அமைப்பை நிறுவியது. அன்று முதல் ரஷ்ய மக்கள் - பெரும்பான்மையோர் மார்க்சிய பார்வையற்றவர்கள் - புதிய அமைப்பை அனுபவிக்கத் தொடங்கினர், நடைமுறையில்

சோசலிசவாதிகளாக மாறத் தொடங்கினர். அத்தகைய அடிப்படையில் சோசலிச கருத்தாளர்களின் உணர்வுபூர்வ மிக்கக் கல்விப்பணி பலனைத் தந்துள்ளது; நடைமுறையும் கல்வியும் இணைந்து அனைத்து மக்களின் பார்வையை வேகமாக மாற்றிவருகின்றன.

ஆய்வாளருக்கு, ஒவ்வொரு அறிவியல் புலத்திலும் உண்மைகளைக் காணவும் புரிந்துகொள்ளவும் இயக்கவியல் அணுகுமுறை உதவுகிறது. இதையே மார்க்சியம் எதனினும் பெரிதாகக் கோருகிறது என்பது தெளிவு. ஒவ்வொரு புலத்திலும் சிறப்பான ஆய்வு பொருளாக எது இருக்க வேண்டும் என்ற விவரம் குறித்து மார்க்சியம் நமக்கேதும் சொல்வதில்லை. அறிவியல் தரவுகளைத் தனித்தனியாக ஆய்வு செய்வதன் அடிப்படையில் அறிவியல் உண்மைகளைக் கட்டமைக்க முடியும் என்பதை மார்க்சியம் மறுக்கவில்லை. ஆனால், அவற்றை, அவற்றின் பரஸ்பர தொடர்பின் ஊடே, வளர்ச்சியின் ஊடே, அவற்றின் அளவு மாற்றம் குண மாற்றத்திற்கு இட்டுச் செல்வதின் ஊடே, அவற்றின் உள்முரண்பாட்டிற்கு ஊடாக ஆய்வு செய்கிற போது வெளிப்படுகிற அறிவியல் உண்மை எல்லையற்ற மதிப்புமிக்க சிறந்த உண்மை என்கிறது மார்க்சியம்.

குறிப்பாக சமூக அறிவியலுக்கு இது சாலப்பொருந்துகிறது. எனவே தனிப்பட்ட ஆண்கள் மற்றும் பெண்கள் அல்லது சமுதாயங்களை ஒரு காலத்திற்குள் ஓரிடத்திற்குள் வைத்து செய்யப்படும் ஆய்வு முடிவுகள் ஓர் எல்லைக்குட்பட்டே பொருந்தும்; அவை வேறு குழுக்களுக்கோ அல்லது அதே சமுதாயத்திற்கு வேறு காலத்திற்கோ பொருந்தாது. மார்க்சிய சமூக ஆய்வின் சிறப்பு என்னவென்றால், அது சமூகத்தை இங்கே இப்போதிருக்கும் ஒன்றாக மட்டும் பார்க்கவில்லை, மாறாக கடந்த காலத்தில் இருந்த ஒன்றாகவும், உள்முரண்பாடுகளின் விளைவாக அது வளர்ந்து கொண்டிருப்பதாகவும் பார்க்கிறது. “நம் கண்களின் முன்னால் நடந்து கொண்டிருக்கிறது” என்று மார்க்சால் குறிப்பிடப்பட்ட இயக்கத்தோடு - நிஜமாக நடந்துகொண்டிருக்கும் ஒரு செயல்முறையோடு - தங்கள் செயல்பாடுகளை உணர்வு பூர்வமாகப் பொருத்திப் பார்க்கும் முதல் வாய்ப்பை ஆண்களுக்கும் பெண்களுக்கும் இது தருகிறது. நம் செயல்பாடுகளுக்கு அது வழிகாட்டுகிறது; இயக்கமற்றப் பார்வையைப் பிரதிபலிக்கும் கடந்தகால கருத்தோட்டங்களாலும் சிந்தனைகளாலும் அத்தகைய வழிகாட்டுதலை தர இயலாது.

□

பகுதி–8

என்ன செய்ய வேண்டும்?

"தத்துவஞானிகள் உலகை பல வழிகளில் வியாக்கியானம் மட்டும் செய்திருக்கிறார்கள், ஆனால், உலகை மாற்ற வேண்டும் என்பதே முக்கியமானது" என்று மார்க்ஸ் தன்னுடைய எழுத்துகளில் குறிப்பிட்டுள்ளார். இது தான், மார்க்சைப் பொறுத்தவரை அவரது உலகப்பார்வையின் முக்கிய அம்சமாகும். மார்க்சியம் என்பது ஏட்டளவிலுள்ள அறிவியல் அல்ல; மாறாக உலகை மாற்றுவதற்கு மனிதன் பயன்படுத்த வேண்டிய அறிவாயுதமாகும்.

முதலாளித்துவம் கடந்து போகும் அமைப்புத்தான் என்றும் அதைத் தொடர்ந்து சோசலிசம்வரும் என்றும் அறிந்து கொள்வது மட்டும் போதுமானதல்ல. பொருளாதார மாற்றங்களின் விளைவாக இம்மாற்றம் தானாக நடந்துவிடாது என்பது தெளிவு. நீரின் வெப்பநிலை 32 பாரன்ஹீட் நிலையை அடைகிறபோது நீர் பனியாக உறைகிறது. அதுபோல எண்ணற்ற நெருக்கடிகள் ஏற்பட்டாலும், முதலாளித்துவம் மக்களுக்கு எவ்வளவு துயரங்களைத் தந்தாலும் தானாக முதலாளித்துவம் அழிந்து சோசலிசம் மலர்ந்துவிடாது. மனிதனின் செயல்பாடு இல்லாமல் மனித குலம் ஓர் உற்பத்தி முறையிலிருந்து வேறோர் உற்பத்தி முறைக்குப் பாய்ந்துவிடாது. அப்படிப்பட்ட செயல்பாட்டிற்கான அறிவிற்கும் வழிமுறைக்கும் மார்க்சியம் வழிகாட்டுகிறது.

முதலாளித்துவத்திற்கு முடிவுகட்டி சோசலிசத்திற்கான பாதையைத் திறந்துவிடுகிற செயலாக்கம் குறித்த விரிவான வரைகோடு ஏற்கெனவே தெளிவாக உள்ளது. தன்னுடைய பொருளாதார மற்றும் அரசியல் நலன்களுக்கு எதிரான மாற்றத்தை ஆளும் வர்க்கம் தனது வலிமை மிக்க படை கொண்டு தடுக்கும். "ஆற்றல்மிக்க வழிகள்" கொண்டு இந்த சக்தியை எதிர்க்கிற செயல் முக்கியமாக தொழிலாளி வர்க்கத்தின் செயலாக இருக்கவேண்டும் என்று மார்க்ஸ் கருதினார். ஆனால், இந்த பொதுவான விதி தொழிலாளி வர்க்கத்தின் நேரடியான அனுபவத்தால் முழுமைபெற வேண்டும். அதிகாரத்தைக் கைப்பற்றிய பிறகு தொழிலாளிவர்க்கம் அமைக்கிற அரசு மற்றும் முன்னெடுக்கிற போராட்டத்தின் குணாம்சம் குறித்த சில முடிவுகளுக்கு 1848 மற்றும் 1871 புரட்சிகளின் அனுபவங்களிலிருந்து

மார்க்சால் வர முடிந்தது. ஆனால், பிரச்சனை அவ்வளவு எளிதானதில்லை. இறுதி போராட்டத்திற்குத் தொழிலாளி வர்க்கம் தன்னை எவ்வாறு தயார் செய்து கொள்ளப்போகிறது என்பதுதான் கேள்வி.

கருத்தியலாக மட்டுமல்லாது பல்வேறு தொழிலாளி வர்க்க அமைப்புக் களைக் கட்டுவதில் நேரடியாகப் பங்கேற்று செயல்படுவதன் மூலமும் இப்பிரச்சனையை மார்க்ஸ் தொடர்ந்து எதிர்கொண்டார். எதிர்கால செயல்பாடுகள் அனைத்தும் தொழிலாளி வர்க்க அமைப்புக்களைச் சார்ந்துள்ளதாக மார்க்ஸ் கருதினார். பல வருடங்களாக மார்க்ஸ் செயல் பட்டுவந்த கம்யூனிஸ்ட்கழகம் என்ற தொழிலாளி வர்க்க அமைப்பின் அறிக்கைதான் 1848வது வருடத்தில் வெளியிடப்பட்டபுகழ்மிக்க "கம்யூனிஸ்ட் கட்சியின் அறிக்கையாகும்". இன்றைக்கு "முதல் அகிலம்" (First International) என்று அழைக்கப்படுகிற அன்றைய "சர்வதேசிய உழைக்கும் மக்களின் சங்கம்" (International-working men's Association) மார்க்சின் முயற்சிகளால் 1864இல் நிறுவப்பட்டது. அவர் காலத்தில் செயல்பட்டு வந்த பிரித்தானிய தொழிலாளர் இயக்கதோடும் பிற நாட்டு தொழிலாளி வர்க்க இயக்கங்களோடும் மார்க்ஸ் எப்போதும் தொடர்பில் இருந்து வந்தார்.

ஆனால், அந்தக் காலத்தில் கூட்டுறவு சங்கங்களிலும், தொழிற்சங்கங்களிலும் தொழிலாளிவர்க்கம் மிகமிகச் சிறிய அளவில்தான் அணிதிரட்டப்பட்டது; வெகு குறைவாகக்கூட செல்வாக்கு உள்ள தொழிலாளி வர்க்க அரசியல் கட்சி ஏதும் எந்த நாட்டிலும் இல்லை. இது மட்டுமல்ல, பல ஐரோப்பிய நாடுகளில் தொழிலாளி வர்க்கம் உருவாகவுமில்லை.

இங்கிலாந்திற்கு அப்பால் எங்கெனும் முதலாளித்துவ தொழில் தொடக்கக் கட்டத்தில்தான் இருந்தது; எழுச்சி பெற்றுவந்த முதலாளித்துவ வர்க்கம் எஞ்சியிருந்த நிலப்பிரபுத்துவத்திற்கு எதிராக தன்னை நிலைநிறுத்திக் கொள்வதற்குப் போராடிக் கொண்டிருந்த காலமது. தொழிலாளி வர்க்கக் கட்சிகள் நிறுவப்பட்டதையும், அவர்களின் வேலை தன்மையையும் ஒவ்வொரு நாட்டிலும் எட்டப்பட்டிருந்த வளர்ச்சியோடு பொருத்திப் பார்க்க வேண்டியிருந்தது. 1848இல் நடைபெற்ற புரட்சிகர தொடர்கள் முழுவதிலும் மார்க்சும் அவரது சோசலிச கூட்டாளிகளும் நிலப்பிரபுத்துவத்திற்கு எதிரான போராட்டங்களில் இணைந்து இருந்தனர். ஜெர்மன் இராணுவத்தில் ஒருவராக

இருந்தவாறு ஏங்கல்ஸ் பிரஷ்ய மன்னரின் படைக்கு எதிராகப் போரிட்டார்.

சோசலிசத்தின் தேவையையும் அதை வென்றெடுக்க தொழிலாளி வர்க்கப்புரட்சியின் அவசியத்தையும் அழுத்தமாகப் பேசுகிற “கம்யூனிஸ்ட் கட்சி அறிக்கை” 1848ஆம் ஆண்டின் தொடக்கத்தில் வெளியிடப்பட்டது. முதலாளிகளும், சிறு முதலாளிகள் அல்லது நடுத்தர வர்க்கங்களும் தலைமையேற்கிற ஒரு ஜனநாயகப் போராட்டத்தில் பங்கேற்பதையும் தொழிலாளி வர்க்கப் புரட்சியையும் ஒருசேர பார்ப்பது என்பது மார்க்சியத்தை இறுகிப்போன கோட்பாடுகளின் தொகுப்பாகக் காண்போருக்கு இயலாத ஒன்று. அந்த ஜனநாயகப் போராட்டத்தின் இலக்கு, ஒரு வகையான பாராளுமன்ற ஜனநாயகமே அன்றி சோசலிசமல்ல.

எனினும் இப்பிரச்சனைக் குறித்து மார்க்ஸ் தெளிவாகப் புரிந்திருந்தார். தொழிலாளிவர்க்கம், வரலாற்றுப் போக்கின் அந்த காலகட்டத்தில், தன் வரலாற்றுக் கடமையை நிறைவேற்றுவதற்கு தயாராக இல்லை. அதை நோக்கி முன்னேறுவதற்கான பாதையை சரி செய்யும் பணிக்கு உதவுவது மட்டுமே. அதனால் அக்காலகட்டத்தில் செய்ய இயலும். அதன் பொருட்டு, நிலப்பிரபுத்துவத் தடைகளை அகற்றுவதில் அக்கறை கொண்ட இதர பகுதி மக்களோடு அது தன்னை இணைத்துக் கொண்டாக வேண்டும். நிலப்பிரபுத்துவத்திற்கு எதிரான போராட்டத்தில் பெறுகிற வெற்றியின் அளவிற்கேற்ப கூடுதல் அல்லது குறைவான வேகத்தில் அடுத்த கட்டம்-முதலாளித்துவமும் அதனோடு தொழிலாளி வர்க்கமும் வளர்ச்சி பெறும் கட்டம் - மலரும். எனவே நிலப்பிரபுத்துவத்தை அழிப்பதும் பாராளுமன்ற ஜனநாயகச் சூழலை உருவாக்குவதுமே தொழிலாளி வர்க்கத்தின் உடனடி யுக்தியாக இருக்க வேண்டும்; தங்களது இறுதி இலக்கைப் புரிந்து கொள்வதற்கும், தங்களின் அமைப்புகளை மேம்படுத்துவதற்கும் தொழிலாளர்களுக்கு இது பெரிதும் உதவும்.

பாராளுமன்ற ஜனநாயகம் ஏற்கெனவே நிறுவப்பட்டிருந்த பிரிட்டன் போன்ற நாடுகளில் தொழிலாளி வர்க்கத்தின் உடனடி நோக்கம் வேறாக இருந்தது; தொழிலாளி வர்க்கம் அதிகாரத்தைக் கைப்பற்றுவதற்குத் தயாரான நிலையில் இல்லாத காரணத்தால், உடனடியாக ஆட்சியைப் பிடிப்பதும் அதன் நோக்கமல்ல. பிரிட்டனில் தொழிலாளி வர்க்க அரசியல் கட்சி ஏதும் அப்போதில்லை; சோசலிசவாதிகளின் சிறு சிறு குழுக்கள் இருந்தன; தொழிலாளர்கள் பொதுவாக தாராளவாத கட்சிகளோடு

இணைந்திருந்தனர். எனவே தாராளவாதிகளிடமிருந்து விலகி நின்று ஒரு சோசலிச திட்டத்தை முன்வைப்பதோடு சமூக, தொழில் மற்றும் அரசியல் போராட்டங்கள் அனைத்தையும் ஆதரிக்கும் தொழிலாளி வர்க்க அரசியல் கட்சி ஒன்றை உருவாக்குவதே உடனடி நோக்கமாக இருந்தது.

ஒரு தொழிலாளி வர்க்க அரசியல் கட்சியை உருவாக்குவதை, முதலாளிகளை எதிர்க்கிற அதிகாரத்திற்கான போராட்டத்தின் முக்கியமான முதல் படியாக, மார்க்ஸ் கருதினார். ஓர் அரசியல் அமைப்பு வேண்டும் என்பது மட்டுமல்ல அதன் கொள்கை மார்க்சியமாக, அதாவது மார்க்சிய உலகப் பார்வை அதன் அடிப்படையாக இருக்க வேண்டும் என்பதும் முக்கியம்; வரலாற்றில் வர்க்கப் போராட்டங்கள் ஆற்றியுள்ள பங்கு குறித்த புரிதலும் அடிப்படையாக இருக்க வேண்டும்; சோசலிசத்தை கொண்டுவருகிற இறுதிப் போராட்டத்தின் பகுதியாக ஒவ்வொரு போராட்டத்தையும் அது பார்க்க வேண்டும்.

மார்க்சும் ஏங்கல்சும் அவர்கள் காலத்தில் உருவாகியிருந்த அரசியல் கட்சிகளின் கொள்கைகளைத் தீர்மானிப்பதில் குறிப்பிடத்தக்க பங்காற்றினர். பாரிஸ் கம்யூன் எந்த ஒருதொழிலாளி வர்க்க கட்சியாலும் வழிநடத்தப்படவில்லை, அதுபோல அது எந்த ஒரு கட்சி உருவாக்கத்திற்கும் இட்டுச் செல்லவில்லை. குறைந்த காலமே செயல்பட்ட பாரிஸ்கம்யூனாலோ அல்லது அன்றைய நிகழ்ச்சிப் போக்குகளாலோ எந்த ஒரு நாட்டிலும் முதலாளித்துவத்திற்கு எதிரான போராட்டங்களின் தொடக்க நிலைக்கு அப்பால் தொழிலாளர்களை அழைத்துச் செல்வதற்கு உதவ முடியவில்லை இந்நூலின் நான்காம் பகுதியில் முதலாளித்துவம் ஏகாதிபத்திய கட்டத்திற்கு வளர்ந்திருப்பது குறித்து விவரிக்கப்பட்டிருக்கிறது. இந்த நூற்றாண்டின் தொடக்கத்தில் ஏற்பட்ட ஏகாதிபத்தியத்தின் எழுச்சி தொழிலாளி வர்க்கத்தின் வளர்ச்சியை வேகப்படுத்தியது; அதேசமயம் ஏகாதிபத்திய போட்டி மற்றும் வர்க்க மோதல் ஆகியவற்றில் புதிய நிலைமையைக் கொண்டு வந்தது.

இதன் பொருள் மார்க்சியம் தற்காலத்திற்குப் பொருந்தவில்லை என்பதல்ல. முதலாளித்துவ வளர்ச்சியும் மற்றும் முதலாளிகளுக்கும் தொழிலாளிகளுக்கும் இடையில் உள்ள உறவுகளின் வளர்ச்சியும் ஒரு புதிய நிலையை எட்டியுள்ளன; இதற்கேற்ப வர்க்கப் போராட்டத்தின் நடைமுறைத் தந்திரமும் யுக்தியும் மார்க்ஸ், ஏங்கல்ஸ் காலத்தில் அவர்கள் செய்ய முடிந்ததைக் காட்டிலும்

கூடுதலாக வளர்த்தெடுக்கப்பட வேண்டும். ஏகாதிபத்தியம் மற்றும் புரட்சி காலத்திற்கேற்ற வகையில் மார்க்சியத்தைப் பொருத்துவதை லெனின் முன்னெடுத்தார்.

இந்த வகையில் லெனின் வளர்த்தெடுத்த வழிகாட்டும் கருத்துகளில் ஒரு சிலவற்றை மட்டுமே சொல்ல முடிகிறது; தொழிலாளி வர்க்கத்தின் கூட்டாளிகள் குறித்த கருத்துகள், பாராளுமன்ற ஜனநாயகம் மற்றும் போர் குறித்த சிந்தனைகள் ஆகியவை தற்காலத்திற்கும் பரந்தளவில் பயனுள்ள கருத்துகளாகும்.

முந்தைய ஆளும் வர்க்கத்தைத் தூக்கி எறிகிற வர்க்கம் இதர பகுதி மக்களின் ஆதரவைப் பெற்றுக்கொள்ளும் என்று மார்க்ஸ் மீண்டும் மீண்டும் வலியுறுத்தினார் என்பது முன்னரே சுட்டிக்காட்டப்பட்டுள்ளது. விவசாயிகள், நடுத்தர வர்க்கங்கள் மற்றும் அன்றைய வளர்ந்த நிலையில் தொழிலாளி வர்க்கம், நிலப்பிரபுத்துவத்தை தூக்கி எறிய முதலாளிகளுக்கு எப்போதும் ஆதரவாக நின்றனர். முதலாளித்துவ வர்க்கத்தைத் தூக்கி எறிகிற நிலைமை வருகிறபோது எத்தகைய அணி உருவாகும்?

அனைத்து நாடுகளுக்கும் எந்த காலத்திலும் பொருந்தக்கூடிய ஒரு நெகிழ்வற்ற வழிமுறையை அல்லது விதியைக் காணமுடியும் என்று சொல்வது மார்க்சியப் பார்வைக்கு முற்றிலும் மாறானதாகும். உலகிலுள்ள ஒவ்வொன்றையும் போல தொழிலாளி வர்க்கமும் சூன்யத்தில் வாழவில்லை; நாட்டிற்கு நாடு, காலத்திற்குக் காலம் வேறுபடுகிற, குறிப்பிட்டக் குழுவாக அமைகிற பிற வர்க்கங்களும் மற்றும் வர்க்கப்பகுதிகளும் உள்ளடங்கிய நிஜமான நிச்சயமான உலகச்சூழலில் தொழிலாளி வர்க்கம் வாழ்கிறது. உதாரணமாக, 1917 மார்ச் புரட்சிக்கு முன்பு வரையிருந்த சார் காலத்து ரஷ்யாவை (Tsarist Russia) எடுத்துக் கொள்வோம். மிகச்சிறிய எண்ணிக்கையிலிருந்த தொழிலாளி வர்க்கம், கடலென இருந்த விவசாயிகள் மற்றும் கடைக்காரர்கள், சிறு வர்த்தகர்கள், அறிவுஜீவிகள் போன்ற நடுத்தர வர்க்கங்களால் சூழப்பட்டிருந்தது. இவர்கள் அனைவரும் நிலப்பிரபுத்துவ கொடுங்கோன்மையிலிருந்து விடுதலை பெற வேண்டுமென்று விரும்பினர்; விவசாயி வர்க்கத்திற்கு கூடுதல் நிலம் வேண்டியிருந்தது; அவர்களுக்குள் பணக்கார விவசாயி ஏழை விவசாயி என்ற ஏற்றத் தாழ்வு இருந்தது; இருந்த போதும் லெனின் தலைமையில் ரஷ்ய சமூக ஜனநாயகக் கட்சியின் பெரும்பான்மை பகுதியான போல்ஷவிக்குகளால் அனைத்துப் பகுதி விவசாயிகளையும் திரட்ட

முடிந்தது. நகரங்கள் மற்றும் கிராங்களில் நடைபெற்ற அவர்களின் ஒன்றுபட்ட வலிமையான இயக்கம் 1917ஆம் ஆண்டு மார்ச் மாதம் சார் ஆட்சியை அகற்றியது. முதலாளிகளின் 'தற்காலிக ஆட்சி' உருவானது; அதேசமயம் தொழிலாளர்கள் மற்றும் விவசாயிகளின் உறவில் ஒரு மாற்றம் ஏற்பட்டது. சார் ஆட்சி, தொழிலாளிகள் மற்றும் விவசாயிகளின் முக்கிய எதிரி; ஆனால், சார் ஆட்சி நீக்கப்பட்டப் பிறகு தொழிலாளிகளின் முன்னேற்றத்திற்குத் தடையாக, முக்கிய எதிரியாக முதலாளித்துவ வர்க்கம் இருந்தது; தற்காலிக அரசு அவ்வர்க்கத்தைப் பிரதிநிதித்துவப்படுத்தியது. ஆனால், அனைத்து விவசாயிகளும் முதலாளித்துவ வர்க்கத்தை - தங்களது எதிரியாகப் பார்க்கவில்லை. மாறாக, உழைப்பாளிகளை வேலைக்கு அமர்த்திக் கொண்டவர்களும், வர்த்தகர்களும், ஊக வணிகம் செய்தவர்களுமான பணக்கார விவசாயிகள் மற்றும் குலகங்கள்(the kulaks)'தற்கால அரசைத்' தங்கள் அரசாகக் கருதின. எனவே அந்த நிலையில் தொழிலாளி வர்க்கத்தால் அனைத்து விவசாயிகளையும் தங்கள் கூட்டாளியாகக் கொள்ள முடியவில்லை. ஆனால், ஏழை விவசாயிகளை மற்றும் நிலமற்ற விவசாயத் தொழிலாளர்களோடு கூட்டு வைக்க முடிந்தது. இந்த கூட்டணியே நகரங்களிலும் கிராமங்களிலும் 1917 நவம்பர் புரட்சியை நடத்தியது. சாருக்கு (Tsar) எதிராக, அனைத்து விவசாயிகளையும் இணைத்துக் கொண்ட இம்முதற் கூட்டணி இல்லாமல் 1917 மார்ச் புரட்சி சாத்தியப்பட்டிருக்காது, நவம்பர் புரட்சிக்கு ஏதுவான நிலைமையும் உருவாகியிருக்காது.

முன்னேற்றத்திற்குத் தடையாக இருக்கிற முக்கிய எதிரிக்கு எதிராக இதர பகுதி மக்கள் அனைவரோடும் தொழிலாளி வர்க்கம் ஒரு கூட்டணியை வைத்துக்கொள்ள வேண்டுமென்ற பொதுவான விதி எப்போதும் பொருந்தும்; ஆனால், ஒரு குறிப்பிட்ட நாட்டிற்கு அவ்விதியைப் பொருத்துகிறபோது, முக்கிய எதிரி யாரென்று தெளிவாக அடையாளம் காணுவதற்கு அந்நாட்டிலுள்ள அனைத்து வர்க்க சக்திகளைப் பற்றிய ஓர் ஆய்வு அவசியப்படுகிறது. முக்கிய எதிரி யாரென்று இனம் கண்ட பிறகு அந்த எதிரியை அகற்றுவதில் அக்கறை கொண்ட, தொழிலாளி வர்க்கம் உள்ளிட்ட பிற பகுதிகள் எவை என்ற ஆய்வைத் தொடர்ந்து அம்முக்கிய எதிரிக்கு எதிரான நடவடிக்கைகளில் பரந்துபட்ட மக்கள் பகுதியைத் திரட்டுவதற்கு ஏற்றவகையில் ஒரு கொள்கையை வகுப்பது சாத்தியமாகும்.

முதலாளித்துவம் ஏகபோக நிலையை அடைகிறபோது தொழில் வளர்ச்சி பெற்ற ஒவ்வொரு நாட்டிலும் பொருளாதார மற்றும் அரசியல் அதிகாரம் பெரும் செல்வம் படைத்த சிறுகுழுக்களின் கையில் குவிகிறது என்பதைப் பார்த்தோம். இதன் பொருள் என்ன? இந்த குழுக்களுக்கும் தொழிலாளி வர்க்கத்திற்கும் இடையிலான மோதல் மட்டும் கூர்மை அடைவதில்லை, முதலாளி வர்க்கங்களுக்கு இடையிலான மோதலும் வளர்கிறது. பெரும் செல்வந்தர்களையும், குறைவாக செல்வம் படைத்தவர்களையும் முதலாளித்துவ வர்க்கம் எப்போதும் உள்ளடக்கியுள்ளது என்பது உண்மை; ஆனால், ஏகபோகம் உலகளவில் வளர்ந்துள்ள நிலையில் நிதிமூலதன குழுக்களுக்கும் சிறு முதலாளிகளைக் கொண்ட திரளுக்கும் இடையிலுள்ள ஏற்றத்தாழ்வு வளர்ந்துள்ளது. தனது ஏகபோகத்தை விரிவாக்கிக்கொள்வது, (சந்தைக்கான) புதிய எல்லையை வெல்வது, பிறநாட்டு நிதிமூலதன போட்டியாளர்களை எதிர்கொள்வது ஆகியவற்றில் நிதிமூலதனத்தின் நலன்கள் சிறுமுதலாளிகளின் நலன்களோடு நேரிடையாக மோத வேண்டி வருகிறது. இதனால் சிறுமுதலாளிகள் தங்கள் இருப்பே கேள்விக்குள்ளாகிற ஆபத்தை உணர்கிறார்கள். ஏகபோகங்களின் வளர்ச்சியை, சிறு முதலாளிகள் ஒவ்வொரு பிரச்சனையிலும் சில சமயம் தனித்தோ அல்லது ஒட்டுமொத்தமாகவோ, தங்களின் உடனடி ஆபத்தாக கருதுகிறார்கள்.

நிதிமூலதனத்தின் மிகமிக முரட்டுத்தனம் கொண்ட பகுதி, பாசிசத்தை கையிலெடுக்கிறபோது, நாட்டின் பொருளாதார மற்றும் அரசியல் அமைப்புகளை அப்பகுதி முழுமையாகத் தன் கட்டுப்பாட்டிற்குள் கொண்டுவருகிறபோது ஏகபோகங்களே தங்களின் உடனடி எதிரி என்பதை சிறு முதலாளிகளும் நடுத்தர வர்க்கமும் உணரத் தொடங்குகின்றனர். நடுத்தர வர்க்க மக்களின் அரசியல் ஆதரவற்ற நிலை வெளிப்படையாகத் தெரிகிறது.

உதாரணமாக ஜெர்மனியில் நடுத்தர வர்க்கமும் சிறு முதலாளிகளும் முதலில் பாசிசத்தின், அதாவது ஏகபோக முதலாளிகளின் பக்கம் நின்றனர்; இது எம்மாற்றத்தையும் பொருளாதார ஆய்வில் ஏற்படுத்துவது இல்லை. இது யூத எதிர்ப்புப் பிரச்சாரம் உள்ளிட்ட பாசிச பிரச்சாரம் முக்கிய எதிரியைச் சிறு முதலாளிகளிடமிருந்து மறைப்பதில் வெற்றிபெற்றது என்பதைக் காட்டுகிறது; சிறு முதலாளிகளையும் நடுத்தர வர்க்கத்தையும் தன்னுடன் இணைத்துக்கொண்டிருந்தால் முக்கிய

எதிரியை எந்த அளவிற்குத் தாக்க முடியுமோ அந்த அளவு, ஒன்றுபடாத தொழிலாளி வர்க்க இயக்கத்தால் தாக்க இயலவில்லை; பாசிசப் பிரச்சாரத்தின் வெற்றிதான் இதற்கும் காரணம் என்பதையும் காட்டுகிறது.

எனினும், யூத எதிர்ப்பு பிரச்சார அலைகள் மீண்டும் மீண்டும் எழுப்பப்பட்ட போதும், பொதுவாக சிறு முதலாளிகளையும் நடுத்தர வர்க்கத்தையும் தனக்கு விசுவாசமாக வைத்திருக்க ஜெர்மன் (மற்றும் இத்தாலிய) நிதிமூலதனம் தொடர்ந்து சிரமப்பட்டது; பொருளாதார உண்மைகள் அனைத்து நாடகங்களையும் போட்டு உடைத்தன. பாசிச நாடுகளில் ஒருகட்டத்தில், காலம் தாழ்ந்திருப்பினும், தொழிலாளி வர்க்கத்தால் நடுத்தர வர்க்கத்தோடும் சிறுமுதலாளிகளோடும் கூட்டணி ஏற்படுத்த இயன்றது, முக்கிய எதிரியைத் தோற்கடிக்க அது தேவையாகவும் இருந்தது.

முழுமையான காலனியாக இருந்த ஒரு நாட்டிற்கு மார்க்சிய ஆய்வைப் பொருத்திப் பார்க்க வேண்டுமென்றால் சீனாவை உதாரணமாக எடுத்துக் கொள்ளலாம். 1926இல் அந்நிய ஏகாதிபத்தியத்திற்கு எதிராக சீனாவை ஒன்றுபடுத்தும் நோக்கத்தில் தொழிலாளி வர்க்கம், தேசிய நில உடைமையாளர்கள் மற்றும் முதலாளித்துவ அமைப்பான குவோமின்டங்கை(Kuomintang) இணைத்துக்கொண்டு கேன்டனிலிருந்து (Canton) வடக்கு நோக்கி முன்னேறியது. 1927இல் சியாங்கே ஷேக் (Chiang Kai-shek) தலைமையின் கீழிருந்த குவோமின்டங் கூட்டணியை முறித்துக் கொண்டு, அந்நிய சக்திகளோடு சமரசம் செய்துகொண்டு தொழிலாளி வர்க்கத்திற்கு எதிராகத் திரும்பியது. சியாங்கே, பத்தாண்டுகள் 'சிவப்புப் பகுதிகளில்' நேரிடையாக தொழிலாளி வர்க்கத்தின் மீது போர் தொடுத்தார். அந்நேரத்தில் தொழிலாளி வர்க்கமும் புரட்சிகர விவசாயிகளும் தங்களைப் பாதுகாத்துக் கொள்வதற்காகப் போரிட்டன. ஆனால், ஜப்பான் சீனாவைத் தாக்கிய போது கம்யூனிஸ்ட் கட்சித் தலைமையின் கீழிருந்த சீன தொழிலாளி மற்றும் விவசாய வர்க்கங்கள், மார்க்சிய அணுகுமுறையைப் புரிந்துகொண்டிருந்த காரணத்தால், புதிய சூழ்நிலைமை உருவாகியிருப்பதை அறிந்துகொண்டன; 'இன்றைய சூழலில், சீன நில உடைமையாளர்களோ முதலாளிகளோ அல்லது அமெரிக்க, ஆங்கிலேய அல்லது பிரஞ்சு ஏகாதிபத்தியங்களோ முக்கிய எதிரி இல்லை. தொழிலாளி வர்க்கத்தின் முன்னேற்றத்திற்கு உடனடி ஆபத்தான ஜப்பானியப்

படைகளே முக்கிய எதிரி. அம்முக்கிய எதிரிக்கு எதிராக அனைத்துப் பகுதி சீன மக்களையும் ஒன்றுபடுத்த இயலும்.' என்ற கொள்கை நிலைப்பாட்டை எடுத்தன. ஜப்பானுக்கு எதிர்பாராத விளைவைத் தந்த அக்கொள்கை நடைமுறைப்படுத்தப்பட்டது. மார்க்சியத்திற்கு எதிரான அணுகுமுறை இருந்திருக்குமானால், தொழிலாளி வர்க்கத்தின் குறிப்பிட்ட நலனுக்கு எதிரிகள் என்ற காரணம்காட்டி சியாங்கே ஷேக் மற்றும் குவோமின்டங்கோடு இருந்த விரோதம் தக்கவைக்கப்படிருக்கும். ஜப்பானிய படையெடுப்பிலிருந்து சீனாவைக் காப்பாற்றவேண்டுமென்ற தொழிலாளி வர்க்க நலன் என்பது அவர்களுக்கும் பொதுவான நலன் என்பதால் அவர்கள் தொழிலாளி வர்க்கத்தோடு இணைந்தார்கள. தொழிலாளி வர்க்க நலனும் பிறபகுதியினரின் நலனும் இணைகிற பிரச்சனையைத் தவிர வேறெந்த சூழலிலும் கூட்டணி உருவாகாது என்பது இதன் மூலம் தெளிவாகிறது. தொழிலாளர்கள் அல்லது கூட்டாளிகள் தங்களின் தனிப்பட்ட நலன்களைக் கைவிடுகிறார்கள் என்பதோ அல்லது அந்நலனைப் பொறுத்தவரை ஒருவரையொருவர் ஏமாற்றுகிறார்கள் என்பதோ இதன் பொருளல்ல. அப்படிப் பார்ப்பது பாசிச தன்மை கொண்ட அணுகுமுறை. குறிப்பிட்ட சூழலில், குறிப்பிட்ட காலத்திற்கு கூட்டாளிகளுக்கு பொதுவான நலன் ஒன்றிருக்கும் என்பது வர்க்கக் கூட்டணியின் சாராம்சமாகும். இந்த அணுகுமுறையே அந்நிய சக்தி, பெரும் நில உடைமையாளர்கள் மற்றும் வங்கி உடைமையாளர்களுக்கு எதிராக ஸ்பானிய தொழிலாளர்கள், விவசாயிகள், நடுத்தரவர்க்கங்கள், சிறு முதலாளிகள் மற்றும் தேசியவாத பகுதியினர் உள்ளிட்ட அனைவரையும் ஓரணியில் திரட்டியது.

பல சமயங்களில் நடுத்தர வர்க்கம் குறித்து ஓரளவு கடுமையான குழப்பம் நிலவுகிறது. தெளிவற்ற சமூக நிலையைக் குறிக்கும் வகையில் இச்சொல் பரவலாகப் பயன்படுத்தப்படுகிறது.

ஆனால்,, மார்க்சியம் நடுத்தர வர்க்கத்தை ஒரு பொருளாதாரக் குழுவாக – வாழ்வாதாரத்தைப் பெறுவதற்காகத் தனக்கென உபரி மதிப்பை உருவாக்கும் பொருட்டு தொழிலாளர்களை வேலைக்கு அமர்த்தாத ஒரு வர்க்கமாக அல்லது தன் வாழ்வாதாரத்திற்காக முதலாளிக்கு உபரிமதிப்பை உருவாக்காத ஒரு வர்க்கமாக -பார்க்கிறது. முதலாளிகளையோ அல்லது தொழிலாளர்களையோ கொண்டதல்ல நடுத்தர வர்க்கம். அது தன் வாழ்வாதாரத்திற்காகத் தனிப்பட்ட முறையில் உழைப்பவர்களைக் கொண்டது.

தன்னுடைய நிலத்தில் தனக்காக உழைக்கிற விவசாயி இந்த நடுத்தர வர்க்கத்தைச் சார்ந்தவன். அவன் ஓரிரு ஆட்களை வேலைக்கு வைத்துக் கொண்டாலும் குற்றமில்லை. ஏனெனில், அவன் தனக்காக உழைக்காமல் வேலையாட்கள் மூலம் தன் வாழ்வாதாரத்தைப் பெற்றுவிட முடியாது. அதுபோலத்தான் சிறுகடை வைத்திருப்போரும் நகரத்திலுள்ள மிகச் சிறிய முதலாளிகளும். அவர்கள் தொழிலாளிகளும் அல்ல 'முதலாளிகளும்' அல்ல; நடுத்தரக் குழுவில் உள்ளவர்கள். இக்குழுவின் ஒரு எல்லை முதலாளி வர்க்கத்தைத் தொட்டு நிற்கிறது, மறு எல்லை தொழிலாளி வர்க்கத்தை ஊடுருவுகிறது; எனினும் ஏகபோக முதலாளிகளின் நலன்களிலிருந்து அதன் நலன்கள் முற்றிலும் வேறுபடுகின்றன.

மருத்துவர்கள், கட்டட கலைஞர்கள், அறிவியலாளர்கள், இசைக் கலைஞர்கள், எழுத்தாளர்கள் போன்ற தொழில் சார்ந்த நடுத்தர வர்க்கத்திற்கும் இது பொருந்தும். அவர்கள் எவ்வகையிலும் முதலாளிகள் அல்லர்; உண்மையில் அவர்கள் தனிப்பட்ட உழைப்பாளிகள். அவர்களின் நலன்களும் ஏகபோக முதலாளிகளின் நலன்களிலிருந்து முற்றிலும் வேறுபடுகின்றன.

தொழிலாளர்களின் பொருளாதார நலன்களோடு நடுத்தர வர்க்கப் பகுதியின் நலன்கன் பெருமளவு ஒத்துப்போகின்றன. துன்பத்தில் உழலும் சிறு கடைக்காரர்கள் வெகு விரைவில் இதனை உணர்கிறார்கள். சமூக சேவைகள் வெட்டப்படும் பொழுது தொழில்சார் உழைப்பாளி வளம் பெறுவதில்லை, மாறாக வேலை இழக்கிறான். ஏகபோக முதலாளித்துவம் போரையும் பாசிசத்தையும் பரப்ப முயற்சிக்கிற போது நடுத்தர வர்க்கத்தின் அறிவார்ந்த பார்வையும் அரசியல் பார்வையும் தாக்குதலுக்கு உள்ளாகின்றன; தங்கள் நலன்கள் முதலாளிகளின் நலன்களைக் காட்டிலும் தொழிலாளிகளின் நலன்களோடு நெருக்கமாக இருப்பதை நடுத்தர வர்க்கத்தால் எளிதாக உணர முடிகிறது.

நலன்களுக்கு இடையிலான இந்த ஒற்றுமையே மக்கள் முன்னணியின் அடிப்படையாக இருக்கிறது; முக்கிய எதிரிக்கு எதிரான போராட்டத்தின் போக்கில் இது மேலும் மேலும் தெளிவாகிறது.

பொருளாதார அமைப்புமுறை மாறுகிறபோது அதாவது தொழிலாளி வர்க்கத்தின் கூட்டாளிகள் தங்களின் வாழ்வாதாரத்தைப் பெறுகிற வழி மாறத்தொடங்கும் பொழுது மேற்சொன்ன

நடுத்தரப்பகுதி மக்கள் பொதுவாக சோசலிச சமூகத்தின் உணர்வுபூர்வ ஆதரவாளராக மாறத் தொடங்குவர் என்பது தெளிவாகிறது. முக்கிய எதிரிக்கு எதிரான கூட்டுப் போராட்டப் பயணத்தில், தொழிலாளி வர்க்கத்தின் கூட்டாளிகள் மேலும் மேலும் இம்மாற்றத்தைப் புரிந்துகொள்வார்கள்-சுருங்கச் சொல்லின், மார்க்சிஸ்ட்களாவார்கள் - என்பதும் தெளிவு.

பாராளுமன்ற ஜனநாயகம் மற்றும் பாட்டாளி வர்க்க சர்வாதிகாரம் ஆகியவை குறித்த மார்க்சிய அணுகுமுறையும் அரசு பற்றிய கருத்தளவிலுள்ள "கொள்கைகளின்" அடிப்படையில் அமைந்திடவில்லை; மாறாக, வர்க்கப் போராட்ட வளர்ச்சிக் கட்டத்தின் அடிப்படையில் அமைகிறது.

பாராளுமன்ற ஜனநாயகத்திற்காகவும், ஜனநாயக உரிமைகள் நிலையாகப் பரவிடவும் தொழிலாளிவர்க்கம் நிலபிரபுத்துவ எதேச்சதிகாரத்திற்கு எதிராகப் போராட வேண்டிய தேவையை மார்க்ஸ் அழுத்தமாக சொல்லுகிறார் என்று ஏற்கெனவே குறிப்பிடப்பட்டுள்ளது. அனைத்து இதர நிறுவனங்களைப் போல பாராளுமன்ற ஜனநாயகமும் முடிவற்றதல்ல; நிலப்பிரபுத்துவ எதேச்சதிகாரத்தை எதிர்த்து வளர்ந்த முதலாளித்துவ எழுச்சியின் தேவைக்கு ஏற்ப, பாராளுமன்ற ஜனநாயகம் வரலாற்று ரீதியாக அனைத்து நாடுகளிலும் வளர்ந்தது. சில கட்டங்களில் அது தொழிலாளி வர்க்கம் முன்னேறுவதற்கும் உதவியது, எனினும் அனைத்துக் கட்டங்களிலும் அவ்வாறில்லை. உதாரணமாக, டூமா என்ற ரஷ்ய பாராளுமன்றத்திற்கான கோரிக்கையில் ரஷ்ய மார்க்சிஸ்ட்கள் பொதுவாக உடன்பட்டிருந்த போதும், 1905இல், முதல் டூமா அமையும் என்று சார்மன்னன் (Tsar) அறிவித்த போது அவர்கள் அதைப் புறக்கணிக்க அணிதிரட்டினர், ஏன்? ஏனெனில் புரட்சி அலை உச்சம் பெற்றிருந்த அச்சமயத்தில் டூமாவை ஏற்றுக்கொள்வதால் தேர்தல் பிரச்சாரத்திலும் பாராளுமன்ற போராட்டத்திலும் கவனம் செலுத்த வேண்டியிருக்கும்; புரட்சிகர இயக்கத்தை அழிப்பதற்கு அது சார் மன்னருக்கு உதவும். அந்த சூழலில் பாராளுமன்றம் தொழிலாளி வர்க்கத்தின் முன்னேற்றத்தை பின்னடைய செய்யுமே அன்றி உதவாது.

ஆனால், புரட்சிகர இயக்கம் தோற்கடிக்கப்பட்ட சூழலில், பாராளுமன்றமும் தேர்தலும் தொழிலாளி வர்க்கம் இயக்கத்தை மீண்டும் முன்னெடுத்துச் செல்வதற்கான பிரச்சாரத்திற்கு வாய்ப்புகளைத் தரும். இந்த அடிப்படையில்தான் ரஷ்ய மார்க்சிஸ்ட்கள் பின்னர் உருவான டூமாவில் பங்கேற்று, அதனை

பயன்படுத்தி தொழிலாளர்களை அடுத்த முன்னேற்றத்திற்குத் தயார்படுத்த முயற்சிகளை மேற்கொண்டனர்.

பிற்பாடு 1917 மார்ச் மாதம் சார் மன்னன் ஆட்சியைத் துறக்க, டூமாவிலிருந்த முதலாளிகளின் பிரதிநிதிகளால் தற்காலிக அரசாங்கம் ஏற்படுத்தப்பட்டது. "அனைத்து அதிகாரங்களும் சோவியத்துகளுக்கே" என்ற முழக்கத்தோடு, ரஷ்ய மார்க்சிஸ்ட்கள் அந்த அரசாங்கத்தை ஆதரிக்க மறுத்துவிட்டனர். அந்நிலையில், பாராளுமன்றம் தொழிலாளி வர்க்கத்தின் முன்னேற்றத்திற்குத் தடையாக இருந்தது; தொழிலாளர்களின் சங்கங்களே தங்களின் முன்னேற்றத்திற்கு முயற்சிக்க வேண்டியிருந்தது. 1917 நவம்பருக்குப் பின்னர், அனைத்து அதிகாரத்தையும் சோவியத்துக்கள் வென்றபோது அதன் மூலம்தான் பொதுமக்களுக்கான ஜனநாயகத்தையும் மற்றும் நிலப்பிரபுக்கள், பெரும் முதலாளிகள் மற்றும் அவர்களின் ஆதரவாளர்களின் மீதான சர்வாதிகாரத்தையும் தொழிலாளி வர்க்கம் செயல்படுத்தியது.

ஒவ்வொரு நிலையிலும் மார்க்சிஸ்ட்களின் அணுகுமுறை இதுதான். ஒரு குறிப்பிட்ட நாட்டில் குறிப்பிட்ட சூழலில் பாராளுமன்றம் தொழிலாளி வர்க்கம் முன்னேற உதவுமா (அதாவது மனிதகுலம் முன்னேற) அல்லது முன்னேற்றத்தைத் தடுக்குமா என்ற கேள்விக்கான பதிலைப் பொறுத்தே மார்க்சிஸ்ட்களின் நிலைப்பாடு அமையும். ஜெர்மனியில் 1918இல் கெய்சர்(Kaiser) ஆட்சியைத் துறந்த போது இந்த கேள்வி எழுந்தது. வரலாற்றின் இக்கட்டத்தில், தொழிலாளி வர்க்கத்தின் இயக்கம் நடைபெறுகிற போது, முந்தைய ஆளும் வர்க்கம் பின்வாங்குகிற சூழலில் சோவியத்துக்கள் மட்டுமே போராட்டத்தை முன்னெடுக்க இயலும்; மீண்டும் ரீச்ஸ்டக்கின் (Reichstag) ஆட்சியை நிறுவுவது என்பது முதலாளித்துவ ஆட்சியை மீண்டும் கொண்டு வருவதாகும்; இதுதான் மார்க்சிஸ்ட்களின் பதிலாக இருந்தது. ஆனால் துரதிருஷ்டவசமாக, தொழிலாளி வர்க்கம் மார்க்சிஸ்ட்களின் வசம் இல்லாது, போரின் போது கெய்சர் அரசாங்கத்தை ஆதரித்த சமூக ஜனநாயகவாதிகளுடைய செல்வாக்கின் பிடியில் இருந்தது. புனிதமானதென்றும் எல்லாக் காலங்களிலும் எல்லா சூழல்களிலும் பொருந்தக்கூடியக் கொள்கை என்றும், அவர்கள் பாராளுமன்ற ஜனநாயகக் கொள்கையை முன்வைத்தனர், வெற்றிபெற்றனர்; விளைவு? அதைத் தொடர்ந்த ஜெர்மனியின் வரலாறு, ஜெர்மனியில் மட்டுமல்லாது ஒட்டுமொத்த தொழிலாளி வர்க்கமும் ஜெர்மன் தொழிலாளி வர்க்கத்

தலைவர்களின் தவறுக்கான விலையைக் கொடுக்கும் வண்ணம் அமைந்து போனது.

போருக்குப் பிந்தைய காலம் முழுவதும் அனைத்து நாடுகளிலும் ஆளும் வர்க்கம் பலவீனப்பட்டு வந்த போது தொழிலாளி வர்க்க இயக்கம் செயல்பாட்டிலும் அமைப்பு ரீதியாகவும் வளர்ச்சி பெற்று வந்தது. அச்சூழலில், சமூக முன்னேற்றத்தை காலந்தாழ்த்தவும் தொழிலாளர்களுக்கு எதிராக அடக்குமுறை நடவடிக்கைகளை ஏவவும் ஆளும் வர்க்கத்திற்கு பாராளுமன்றங்கள் பயன்பட்டதையும் மற்றும் அதன் பிற்போக்குப் பாத்திரத்தையும் மார்க்சியவாதிகள் அழுத்தமாக எடுத்துச் சொன்னார்கள். அதற்குக் காரணம் ஜனநாயகத்தை அவர்கள் எதிர்த்தார்கள் என்பதல்ல; மாறாக, முழு ஜனநாயகம் வேண்டும் என்பதற்காக - முதலாளித்துவ ஆட்சியை தூக்கி எறிந்து தொழிலாளி வர்க்க ஆட்சியை அமைப்பதன் மூலம் "ஜனநாயகப் போரில் வெல்ல வேண்டும் என்பதற்காக; அன்றைய சூழலில் பாராளுமன்ற ஜனநாயகம் என்பது நடைமுறையில் முதலாளித்துவ சர்வாதிகாரம் என்று சுட்டிக்காட்டினர்.

ஆனால், பாசிசம் முன்னெடுத்த போது - நிதிமூலதனக் குழுக்கள் சர்வாதிகாரம் நோக்கி வெளிப்படையாகத் திரும்பிய போது-பாராளுமன்ற ஜனநாயகத்தை பாதுகாப்பது தொழிலாளி வர்க்க பயணத்திற்கான பாதையைத் திறப்பதாகும்; அவர்களின் அமைப்பை மற்றும் அவர்கள் வென்றெடுத்த உரிமைகளைப் பாதுகாப்பதாகும். எனவே மார்க்சிஸ்ட்கள் பாராளுமன்ற ஜனநாயகத்தை ஆதரித்தனர், பாசிசத்திற்கு எதிராக எப்போதும் ஆதரிப்பார்கள். எனினும் தொழிலாளி வர்க்க முன்னேற்றத்திற்குத் தடையாக பாராளுமன்ற ஜனநாயகம் மீண்டும் மாறுங்காலம் வரும்போது சோசலிசத்தை வெல்வதற்கான ஜனநாயக வடிவமான சோவியத்துக்கள் நோக்கி தொழிலாளி வர்க்கம் திரும்பும்.

போர்கள் குறித்த மார்க்சிய அணுகுமுறையும் இத்தகைய இயல்புடையதுதான்: எல்லா காலங்களிலும் எல்லா போர்களுக்கும் பொருந்தக்கூடிய ஒரு பொதுவான கோட்பாடு ஏதும் இருக்க முடியாது. ஒரு போர் தொழிலாளி வர்க்கத்தின் முன்னேற்றத்திற்கு உதவுகிறதா அல்லது எதிராக உள்ளதா என்பதைப் பொறுத்தே குறிப்பிட்ட போர் குறித்த அணுகுமுறை அமைகிறது. போரின் கோணத்திலிருந்து பார்க்க வேண்டுமென்றால், அப்போர் மேலும் போரை வளர்க்கிறதா அல்லது போருக்கு உயிரூட்டுகிற அமைப்பை முடிவிற்குக் கொண்டுவர உதவுகிறதா என்பதே கேள்வி. தற்கால ஆளும் வர்க்கத்தைத் தூக்கி எறிவதற்காக

தொழிலாளி வர்க்கம் மற்றும் அதன் கூட்டாளிகள் நடத்தும் போராட்டமான உள்நாட்டு போர், உண்மையில் போருக்கு உயிரூட்டுகிற அமைப்பை முடிவிற்குக் கொண்டுவர உதவுகிறது; எனவே அது நியாயமானது, ஆளும் வர்க்கம் அதிகாரத்தைத் தக்க வைக்க ஆயுதம் ஏந்துவதால் தேவையானதும்கூட. அடக்கப்பட்ட மக்களின் விடுதலை போர்கள் தொழிலாளி வர்க்கத்தின் முன்னேற்றத்திற்கும் ஆளும் வர்க்கத்தை பலவீனப்படுத்தவும் உதவுவதால் அப்போர்கள் நியாயமானவை என்பது தெளிவு. எனவே அவை நியாயமானதும் தேவையானதுமாகும் என்று மார்க்சிஸ்ட்கள் கருதுகிறார்கள்.

அல்பேனியா மீது பாசிச இத்தாலி ஆக்கிரமித்ததைப் போன்ற ஏகாதிபத்திய ஆக்கிரமிப்புப் போர்களைப் பொறுத்தவரை, தொழிலாளி வர்க்க முன்னேற்றத்தைப் பின்வலிப்பதால் மற்றும் ஆளும் வர்க்கத்திற்கு வலு சேர்ப்பதால் அவை நியாயமற்ற போர்களாகும். ஏகாதிபத்திய நாடுகளில் தொழிலாளி வர்க்கம் அணிதிரட்டப்பட்டுள்ள மற்றும் செயல்படக்கூடிய சூழலுக்கேற்ப ஆளும் வர்க்கத்தைத் தோற்கடிப்பதும் அல்லது போர் சூழலைப் பயன்படுத்தி ஆளும் வர்க்கத்தைத் தூக்கி எறிந்து அதிகாரத்தைக் கைப்பற்றுவதுமே அதன் இலக்காக இருக்க முடியும். இரண்டு ஏகாதிபத்தியங்களுக்கு இடையிலான போர்களுக்கும் இந்த அணுகு முறைதான் பொருந்தும்; அத்தகைய போர்களில் ஆளும் வர்க்கத்திற்கு உதவி செய்தால் அது தொழிலாளி வர்க்கம் தனக்குத்தானே விலங்கிட்டுக் கொள்வதற்கு ஒப்பாகும். அவ்விரண்டு நாடுகளிலும் ஆளும் வர்க்கத்தைத் தோற்கடிப்பதும் அல்லது போர் சூழலைப் பயன்படுத்தி ஆளும் வர்க்கத்தைத் தூக்கி எறிந்து அதிகாரத்தைக் கைப்பற்றுவதுமே தொழிலாளி வர்க்கத்தின் நோக்கமாக இருக்க வேண்டும்.

ஆனால், அதேசமயம் ஒரு ஏகாதிபத்திய நாடு ஈடுபடுகிற ஒவ்வொரு போரும் அடக்கி ஆளும் போராக இருக்க வேண்டிய அவசியமில்லை. பாசிச நாடுகளின் ஆக்கிரமிப்புப் போர்கள் உடனடி அச்சுறுத்தலாக உள்ள நிகழ்கால (அன்றைய) வரலாற்றுச் சூழலில் ஒரு ஜனநாயகநாட்டை பாசிசம் வெற்றி கொண்டால் என்ன வெற்றி கொள்ளாவிட்டாலென்ன என்று தொழிலாளி வர்க்கம் பாராமுகமாக இருக்க முடியாது. உதாரணமாக, சேம்பர்லெய்ன் (*Chamberlain*) செக்கஸ்லோகியாவை (*Czecho-slovakia*) ஜெர்மனியிடம் தாரைவார்க்காது இருந்திருந்தால், செக்கஸ்லோகியா எதிர்த்து நின்றிருக்குமானால் உதவுவோம் என்ற

தனது உறுதிமொழியின்படி பிரான்சு நின்றிருக்குமானால், இத்தனைக்கும் மத்தியில் ஜெர்மனி செக்கஸ்லோகியாவைத் தாக்கியிருக்குமானால், செக்கஸ்லோகியா, பிரான்சு மற்றும் சோவியத்யூனியனைப் பொறுத்தவரை அவர்களின் போர் நியாயமற்றவையல்ல. பிரான்சு மற்றும் செக்கஸ்லோகியாவைச் சேர்ந்த தொழிலாளி வர்க்கம் தங்களின் நாடு தோற்கவேண்டும் என்பதை நோக்கமாகக் கொண்டிருந்திருக்காது. மாறாக, ஆக்கிரமித்த பாசிசம் தோற்கவேண்டுமென்பதே நோக்கமாக இருந்திருக்கும். ஏனெனில் அத்தகைய போரில் ஹிட்லரின் தோல்வி ஜெர்மானிய தொழிலாளி வர்க்கத்தின் விடுதலைக்கு வழிவகுப்பதோடு ஒவ்வொரு நாட்டிலுமுள்ள தொழிலாளி வர்க்கத்தின் முன்னேற்றத்திற்கு மிகப்பெரும் உத்வேகம் அளித்திருக்கும்.

பாசிச ஆக்கிரமிப்பிற்கு எதிரான போரில் ஈடுபடுகிற எந்த முதலாளித்துவ ஜனநாயகநாட்டிற்கும் இது பொருந்தும்; பிரான்சு நாட்டு ஆளும் வர்க்கத்தின் கொள்கையும் நடைமுறைகளையும் தொழிலாளி வர்க்கம் கண்மூடிக்கொண்டு அப்படியே ஏற்றுக் கொள்ளாது. பாசிசத்தைத் தோற்கடிக்க உறுதிபூண்டுள்ள, உண்மையில் மக்களைப் பிரதிநிதிப்படுத்துகிற ஓர் அரசாங்கம் நடத்துகிற போருக்கு மிகமிக ஆதரவாக தொழிலாளி வர்க்கம் நிற்கும். ஆனால், அதேசமயம், போரை சாதமாக்கிக்கொண்டு தன்னை வலுப்படுத்திக்கொள்ளவும் அல்லது தோல்வியிலிருந்து தன்னைக் காப்பாற்றிக்கொள்ள பாசிசத்தோடு சமரசம் செய்து கொள்ளவும் ஆளும் வர்க்கம் எடுக்கும் முயற்சிகளை தொழிலாளி வர்க்கம் எதிர்க்கும். அனைத்திற்கும் மேலாக, பாசிசத்தைத் தோற்கடிக்க, போரில் வெல்ல, கடுமையாக உழைக்கும், ஏனெனில் அவ்வெற்றி பாசிச அடக்குமுறை காலத்தை முடிவிற்குக் கொண்டுவரும்; ஒவ்வொரு நாட்டிலும் வேகமான முன்னேற்றத்திற்கான வழியைத் திறக்கும்.

ஆக, யாருடன் கூட்டணி வைத்துக் கொள்வது, பாராளுமன்ற ஜனநாயகம் குறித்து மற்றும் போர் குறித்த கேள்விகள் எழும்போது உண்மையான கள நிலை மற்றும் வர்க்க சக்திகளின் உறவுகள் பற்றிய தீர்க்கமான ஆய்வை மார்க்சிய அணுகுமுறை வற்புறுத்துகிறது. எங்கும் பொருந்தும் என்ற வரட்டுத்தனத்திற்கு மாறாக, தொழிலாளி வர்க்க முன்னேற்றத்திற்குக் குறிப்பிட்ட சூழலில் குறிப்பிட்ட சமயத்தில் இது உதவுமா அல்லது

தடையாக இருக்குமா என்றறியும் கோட்பாடு மற்றும் கவனமிக்க ஆய்வு என்பதே மார்க்சிய அணுகுமுறை.

மார்க்சிய அணுகுமுறை என்பது உண்மையில் இயற்கையின் அனைத்து இயல்புகளுக்கும் பொருந்துகிற அறிவியல் அணுகுமுறையாகும். மனிதன் இயற்கையின் ஓர் அங்கம் என்பதை ஏற்க மறுப்பவர்கள் உண்டு; என்றும் மாறாத அறநெறி கோட்பாடுகள் வாழ்க்கை நிஜங்களைக்காட்டிலும் மதிப்புள்ளவை என்ற அடிப்படையில் மனிதன் ஏதோ ஒரு வகையில் இயற்கைக்கு அப்பாற்பட்டவன் என்று நம்புகிறவர்கள் உண்டு. இவர்களால், செயல்பாட்டிற்கான மாரக்சிய அணுகுமுறையை புரிந்துகொள்வது கடினம்.

புறவயமான இயற்கை விதிகள் புற நிலைமைகளுக்கு உட்பட்டே செயல்படுகின்றன. வெப்ப நிலை, அழுத்தம், பிற பொருட்களின் தாக்கம் போன்ற புற நிலைமைகள் இவ்விதிகளின் செயல்பாட்டை தீர்மானிக்கின்றன. மன ரீதியாகவும் உடல் ரீதியாகவும் எண்ணற்ற உறவுகள் மற்றும் பெரும் சிக்கல் நிறைந்த மனித சமூகம் என்று வருகிறபோது அனைத்துச் சூழல்களிலும் உலகப் பொது விதிகள் நெகிழ்வற்றுப் பொருந்தும் என்று எதிர்பார்ப்பது முற்றிலும் அறிவியல் பூர்வமற்றது.

இத்தகைய அறிவியலற்ற அணுகுமுறையை மனித சமூகத்திற்கு பொருத்திய அனைத்து சந்தர்ப்பங்களிலும் பேரழிவே நடைபெற்றுள்ளது. என்றைக்கும் பொருந்தும் என்ற வறட்டுச் சிந்தனையிலிருந்து

(உண்மையில் அவை குறிப்பிட்ட ஒரு காலத்தின், இடத்தின் வர்க்க நலன்களை வெளிப்படுத்துகின்றன.) மனிதர்களை மார்க்சியம் விடுவிக்கிறது. இதன் மூலம் ஒட்டு மொத்த மனித சமூகம் முன்னேறுவதற்கான வழியை மார்க்சியம் காட்டுகிறது; மனிதர்கள் தாங்களே செயல்படுவதற்கான வழிகாட்டுதல்களையும் மார்க்சியம் தருகிறது.

❑

BIBLIOGRAPHY

A Handbook of Marxism (Gollancz). This contains selections from the works of Marx, Engels, Lenin and Stalin, covering many aspects of Marxism.

Capital, Karl Marx (Three Vols., Charles Kerr).

Value, Price and Profit, Marx (International Book shop).

Wage Labour and Capital, Marx (International Book shop).

The Civil War in France (The Paris Commune of 1871) Marx. (Lawrence and Wishart).

Anti-Duhring (A general statement of the Marxist view of nature, economics and society, written in reply to a critic). F. Engels (Lawrence and Wishart).

Socialism Utopian and Scientific. (This is part of Anti-Duhring, with a special introduction), F. Engels (Current Book Distributors).

The State and Revolution, Lenin (International Book shop).

The State, Lenin. (These two booklets deal in detail with the capitalist state). (Current Book Distributors).

Manifesto of the Communist Party, Marx and Engels. (International Book shop).

Leninism, Stalin, (Allen and Unwin).

The United Front, Dimitrov. (Lawrence and Wishart).

The Coming Struggle for Power, Strachey. (Gollancz).

Capitalism, Communism and the Transition, Emile Burns. (Gollancz).

World Politics, 1918-1936, Palme Dutt. (Gollancz).

The Marxist Philosophy and the Sciences, Prof. J. B. S. Haldane. (Allen and Unwin).

A Textbook of Marxist Philosophy, John Lewis. (Gollancz).

Dialectical and Historical Materialism. (Quotations from the works of Marx, Engels, Plekhanov, Lenin and Stalin). (Current Book Distributors)

Origin of the Family, Private Property and the State, Engels. (Current Book Distributors).

❐

www.ingramcontent.com/pod-product-compliance
Lightning Source LLC
LaVergne TN
LVHW040823051026
849519LV00007BA/2718
* 9 7 8 9 3 9 1 2 6 2 9 5 2 *